NHỤY NGUYÊN

DƯỚI ĐỈNH VÔ NGÔN

Nhà xuất bản Ananda Viet Foundation

MỤC LỤC

LỜI GIỚI THIỆU

Đạo Phật trọng yếu ở khai Tuệ (trên nền tảng trì Giới phát Định) nhằm thấu tỏ thật tướng của vạn pháp. Một hành giả chân chính là người thật thà thực hành giáo pháp của đức Phật, chịu uống thuốc đắng hóa giải độc tham sân si mạn vượt thoát vòng cương tỏa của nghiệp chướng.

Trong đêm trường mê vọng, mọi hoạt dụng của thức âu cũng là những bóng ảo lội qua sự sáng suốt của gương tâm. Không khoảnh khắc nào có pháp nào ra khỏi "cái không - không sanh diệt - như như". Để thấy tôi vẫn chỉ là "người mù sờ voi" dưới ánh quang minh rạng rỡ. Và thực tế không gì có thể phá hoại được Phật pháp, dẫu cho đến cuối thời mạt. Phật pháp có quyền năng vô hạn và sự hóa độ của chư thánh và các hóa thân luôn là hành trình thầm lặng và vi diệu tuyệt cùng.

Cuốn sách *Dưới đỉnh vô ngôn* là cảm nghiệm tự thân của Nhụy Nguyên thông qua việc tu học và nếm thiền vị. Kinh điển nhà Phật nếu thuần dùng nghiên cứu tư duy lý luận mà không đem thực hành thì sản phẩm cao nhất cũng như chiếc bánh tuyệt hảo chưa hấp luộc, cái thưởng thức được rốt cùng là tri thức của chân lý chứ bản thân không trở thành chân lý. Đến với Phật pháp không chỉ tin mà hơn thế là sờ chạm mật ngôn chân kinh ngay trong đời sống thường tục. Nói thì dễ song những điều này dĩ nhiên còn nằm ngoài tầm với của tác giả, nên đỉnh vô ngôn luôn là niềm vẫy gọi khôn cùng.

Tác giả

Chương 1

Thì là pháp rộng bao la
Ngữ ngôn bắt nhốt thì là thành danh

Hạnh phúc sẵn có nhưng nhiều lúc chúng ta đi tìm những thứ nhầm tưởng sẽ mang lại hạnh phúc nhiều hơn nữa bằng ngã kiến và tình chấp để rồi càng mang vác càng khiến hành trình trở về nương cõi huyền nhiệm vốn là nguồn cội hạnh phúc trở nên xa vợi.

Mỗi pháp đều đang viên dung với nhân-duyên-quả chính nó đang "sở hữu" từ tiền kiếp và từ khắc khắc ý niệm khởi sinh. Chúng ta sống mục đích là giải thoát phiền não và ly ngã sở nên một khi hướng theo cái nhìn của đức Phật sẽ dần biết cảm ân muôn pháp, chính bởi pháp pháp đều nhận được sự bao dung đến tận đáy không của chân tánh.

Chúng ta thường nghĩ về Phật pháp như một bầu trời tâm linh bí ẩn, đường về Niết bàn xa thẳm. Chúng ta rong ruổi tìm những điều thâm sâu để gom thành sở tri. Đức Phật vẫn thường dạy ở mỗi chúng sanh đều đồng Phật tánh. Mọi pháp Ngài giảng nhằm đưa chúng sanh nhận lấy cái vốn sẵn chứa đức năng và trí tuệ. Phật là tánh chân như rỗng lặng trùm khắp; cái thấy biết sáng suốt của Phật ở nơi mọi chúng sanh, âu là tùy duyên mà cùng thấy biết theo cái vọng để chữa lành chấp ngã chấp pháp của chúng sanh, chứ thật ra Phật không thể gọi là chân cũng không thể gọi là giác để còn có đối đãi với vọng và mê cho được. Từ vô thỉ tôi đã quá quen nhận tiền trần hư vọng làm tâm tánh, lấy tâm tánh hư dối làm mình, rồi tâm tánh ấy khuôn trong cái nghiệp riêng chụp lên vạn sự vạn vật mà thỏa thuê chấp trước phân biệt, thành ra đảo điên trôi lộn luân hồi. Tôi "đơn giản" là tánh viên minh đồng thể ở các căn; chẳng biết tự bao giờ cái nghiệp biến ra đôi mắt nghiệp báo chụp lên tánh thấy khiến từ lúc biết nhìn tôi đã ngỡ đó là mình, rồi nhìn thế giới qua *đôi kính lồi nghiệp báo* ấy. Bởi vô minh, tánh giác "ẩn hiện" qua sáu căn trong từng giây phút. Cũng bởi chúng ta luôn thấy *sự thật* trần ai nhưng chúng ta không thấy *như thật* vạn pháp. Tôi và bạn nhọc công tìm Phật tánh trong cõi ảo, bởi chúng ta không đứng nổi trên *cái Không* không có căn nền của giới định. Và không khai được tuệ giải thoát, Phật tánh bị trình hiện qua ao tù của ý thức.

Mối tương giao giữa căn và trần thường đọng lại ở ý thức. Thức thứ 6 luôn buộc phải qua thức thứ 7 mạt na trước lúc gieo vào alaya để làm chủng tử huân thành nghiệp lôi dẫn qua các cõi. Mạt na là thức chấp trước. Sau mấy năm, ta gặp một người, bỗng tâm hiện dữ liệu [vọng] là ông này trước từng đánh ta, lập tức tâm khởi giận dẫu người này giờ đây nhờ học Phật đã tốt lên và không còn hiềm khích với ta nữa. Nhưng ấn tượng quá khứ phủ trùm nên ta chỉ đang sống ở quá khứ và để thực tại hiện tiền chết đứng. Chấp trước khởi lên thành sân giận, và ngay lập tức sập bẫy thức mạt na. Đến đây ta không còn cơ hội thò tay vào alaya chụp lại sự chấp đó để chỉnh sửa, nó đã thành chủng tử xấu. Nếu ta ở lại được với thực tại, không bị chi phối bởi tâm quá khứ, vị lai và cả hiện tại; chỉ thuần là thực tại con người đó, và ta không có cái ngã đang đứng đây, thì oan gia trước mặt chỉ là sự xuất hiện như ai đó đang soi gương. Họ mượn gương của mình để soi, cứ để họ "thiền" trong nghiệp của họ. Nghĩa là ta không mê chấp do vậy lúc dữ liệu đi qua mạt na sẽ thành hạt giống điếc, lọt vào Tàng thức là hạt giống lép, cơ duyên nẩy mầm hiếm hoi. Bạn tu thí dụ: Ngày xưa được một người dạy dỗ, ta kính phục nhận làm thầy. Sau này học lên với học hàm học vị, ta thấy những thứ xưa thầy dạy thật non kém so với biển tri thức ta học được từ đông qua tây, liền khởi ý xem thường thầy. Rồi bạn tu tự hỏi, nếu người này không học thêm nhiều tri thức, liệu có khinh khi thầy mình. (Cũng như một người nếu chưa được học giới liệu có lên án người phá giới?) Bởi cái sự học đang vun bồi bản ngã mà tôi chẳng hay, trong lúc muốn có cái nhìn thật tướng tức trở về phía chân tánh đích thực phải phá dần ngọn núi ngã chấp sừng sững. Cái sự học của chúng ta không có lỗi, nhưng bởi không tu từ cội nên ta đã dụng sai, bị con ma tự ngã âm thầm chui vào tâm tung hoành. Tôi dạo vừa học và hành phương pháp thực dưỡng, nhìn đâu cũng thấy người ta ăn uống *tự hại*. Về lý đúng như vậy, song mỗi người mỗi nghiệp, mỗi phước đức, cơ địa khác nhau; cùng trúng độc song có người chỉ mệt sơ sơ, có người mất mạng và còn phụ thuộc nhiều yếu tố nữa.

Có một sự thật gần như nỗi đau, là ở chúng ta dẫu sao Phật tánh vẫn quá xa vời. Rải rác trong kinh nghiệm của nhiều *đại đệ tử*, khi đã nhận trong mình hiện hữu một thường hằng quang minh từ vô thủy, họ còn phải *buông mình* trở về với sự trần trụi để nhận lãnh sự giáo thọ tiếp tục từ vị Ân sư Tâm linh cũng như sức gia trì của chư Phật để không làm mồi cho tự ngã. Chưa thể khai ngộ, nhưng để đi đúng lộ trình chánh pháp chúng ta phải thấu nhận cho được *mật nhân bồ đề*. Quá trình suy ngẫm qua việc tiếp cận kinh luận và minh chứng về sự có tu có chứng của tiền bối, xin phép gọi Nó là Cái Tự Biết. Lần vừa bước qua nhà hàng xóm thấy đứa trẻ đang bệnh lại pha sữa đá uống; chuẩn bị nổi sân chấp bỗng mắt tôi căng lên kiểu như trợn; nghĩa là cái sự chấp vừa khởi đã bị cái tự biết nhắc thức hóa giải. Tôi thầm thốt lên "siêu"! Siêu ở đây mang nghĩa là cái sự chấp như băng gặp lửa của sự chiếu soi sáng suốt. Chính cái *như ý* là đám mây vô hình luôn trên đầu chờ cơ hội sập xuống che lấp mặt mày trí tuệ của ta. Những khuôn thước dựng từ tiền kiếp và trong kiếp này luôn dơ ra toan tính chụp vào những khuôn thước của bất cứ ai. Tôi thích màu đỏ, nhưng bạn tôi thích màu xanh. Tôi phải tôn trọng cái nghiệp dĩ của bạn. Nếu tôi không tôn trọng được khuôn nghiệp của bạn, cũng nên hiểu các loại màu vốn bình đẳng. Mọi màu đều bình đẳng, tại sao tôi thích màu này lại ghét màu kia. Cái ghét chính là nghiệp *si* không chịu tin thật tướng bình đẳng; nghiệp cũng là một pháp nên nó cũng bình đẳng.

Cái tự biết vốn hoàn thiện và viên mãn ở mỗi chúng sanh. Có đầu lại chồng thêm đầu, là căn bệnh trầm kha; đã có cái tự biết còn đặt thêm một cái biết [để *biết về* cái tự biết], trong kinh Lăng Nghiêm gọi đó là gốc của sanh tử: "Tri kiến lập tri, thị vô minh bổn". Cũng xin mở ngoặc, đây chỉ là khởi nhận, hẳn khi đã sống với cái tự biết rồi có lẽ dần dà lại lòi ra một cái biết về cái tự biết, và hơn thế là cái giác biết về cái biết cái tự biết, rồi nhiều tầng nữa để tiếp cận "cái không". Khi tôi viết hai câu thơ: "*Có thì có cả cái không/ Không thì không cả cái lông mai rùa*". Có cái không xem như kha khá, đến cái lông mu rùa cũng "có" thì thêm một bậc, nhưng đó vẫn là cái hiểu phàm phu chứ chưa chạm thật tế. Cho nên nói thì vô cùng, mà "*Điều trước mắt như là mờ ảo/ Những xa xôi mê vọng rõ rành*".

Trở lại với Cái tự biết (ở mức sơ cấp). Một khi hành giả bước đi tầm cầu cái tự biết, chính là đang bỏ lại chính nó. Chẳng chúng sanh nào bỏ được cái tự biết, bởi nó thường soi chiếu; cũng như chúng ta bị quá khứ vị lai và cả hiện tại chi phối, muốn thoát ra, muốn bài trừ, song chẳng sát na nào ai có thể ra khỏi thực tại. Không ra khỏi nhưng luôn muốn ra, thế nên Đức Phật mới tìm pháp tu cho mỗi người, và rốt cùng cũng đồng về một hướng. Cái tự biết nhiều lúc vẫn được quy cho khái niệm về *nhân Phật tánh*, (sự chứng ngộ cũng là từ nhân này, tức trong *nhân* đã có *quả*). Tôi vẫn nghĩ *phá chấp* là pháp bí truyền, hơn thế còn là thầy truyền cho trò vào đúng thời điểm chín muồi. Rồi trò ấy về sau nếu có duyên làm thầy lại tiếp tục kéo trò vào một hoàn cảnh đặc biệt để bí truyền, đấy có thể là một hành động, dụng đông phá tây; và cứ thế, pháp này không thể đại chúng. Xét về lý, rõ ràng tôi và bạn đang mê/mơ. Đã cảnh mơ đương nhiên không nên chấp. Nhưng cần biết tôi và bạn đang chìm sâu trong mộng lại đòi phá phách cũng bằng đốt phước soi mạng trong đêm đen! Lý do này khiến hệ Bát Nhã luôn là điều cấm kỵ tiếp cận quá sớm. Mạo muội tùy tiện nghĩ rằng, ở góc độ căn cơ mà xét, biết đâu chừng việc [ngộ] nhận thẳng *nhân Phật tánh* luôn là con dao sắc và nó có thêm một lưỡi phụ có thể cắt nát cuộc đời của một hành giả còn *xanh non* về giới, về phát tâm bồ đề nối dài huệ mạng chư Phật. Không chừng bậc toàn giác không muốn *trực chỉ*, dẫu các Ngài thường dạy "chúng sanh *vốn dĩ* là Phật". "Ông Phật" ở đâu trong mỗi phàm nhân luôn là một câu hỏi lớn; trong lúc Đức Bổn sư phải dẫn qua những nẻo "đường vòng" để chúng sanh có đủ thời gian thành tựu phần cơ bản của chân đế lẫn tục đế, rồi mới từ từ phá chấp về nó cũng như phá chấp sự thành tựu từng tầng công phu. Pháp chính là thuốc giải độc. Uống thuốc tức là hành, dám chấp nhận gỡ bỏ/chuyển hóa tham sân si. Phát hiện tâm nhiễm độc ngã mạn, kiên quyết không bao che mà kết hợp cùng với các vị Thầy đưa nó ra ánh sáng; điều này cũng như người mẹ từ xưa tuyệt đối cưng chiều đứa con độc nhất, nay nó hư hỏng và bị người ta đánh ngay trước mặt. Bạn tu khuyên tôi nên mở tung mọi cánh cửa tâm thức, không giấu giếm bất cứ ý niệm nào, không lưu giữ mất cứ bí mật nhỏ nhoi nào. Bởi đây là si ám, tại sao, vì chẳng ý niệm nào của ta quỷ thần không biết, nói chi đến các vị Bồ tát luôn theo dõi từng khắc tiến hóa của môn sinh. Điều này sẽ khiến chúng ta trở về bản tánh chân thật khiến trí tuệ phần nào được khai mở. Còn bao biện cho si mạn; có trường hợp vì quyết liệt gỡ bỏ song chần chừ nên việc này chẳng khác một cuộc phẫu thuật không thuốc gây mê!

Rất nhiều chia sẻ của các bậc chân tu khiến chúng ta khẳng định rằng, nhận cái tự biết, họ thấy cái tự biết ở họ đồng với mọi chúng sanh song người ta đều không thấy và đương nhiên không sống được với nó. Tôi và bạn và rất nhiều người tu vẫn sống với cái ảo, ảo ngay ở thân tâm mình lại không chịu tỉnh. Trong kinh đưa ví dụ đánh tiếng chuông rồi Phật hỏi ngài A Nan nghe chăng, ngài A Nan bảo nghe. Lúc tiếng chuông không đánh Phật lại hỏi có nghe chăng, ngài A Nan bảo không. Phật bảo, nhầm! Bạn tôi chợt hiểu, tánh nghe dẫu không có tiếng chuông thì nó vẫn nghe, nó biết nghe cả cái ảo; cũng như ta biết "à, mình đang theo vọng". Chính lúc biết, ấy là giác. Tánh giác đó mới thực chân tâm, còn mọi thứ vọng hiện là *khách trần*. Mà, nếu lúc tai ta không nghe tiếng chuông "thật" hay không nghe tiếng chuông ảo chăng nữa thì nó vẫn nghe những thứ khác trong từng sát na, kể cả không hề có âm thanh thì nó vẫn "đang nghe". Con mắt lúc ta không nhìn thì nó vẫn thấy, chỉ là ta không *để ý* mà thôi. Như lời Phật dạy, dẫu không có ánh sáng, tức cái sáng, thì mắt vẫn thấy cái tối, nghĩa là *cái thấy biết* vẫn ở đó. Song xét rốt ráo, điều Phật muốn chỉ là tánh giác ở mọi chúng sanh. Tánh giác nó tự biết. Ban đêm đang ngủ, chợt thức giấc, tôi ngỡ tai mình nghe tiếng động, hóa ra tánh giác nó đánh thức cái thân này. Lại có lần tôi đưa tay sửa điện, giật lùi hốt hoảng bởi mình quên rút phích cắm. Đó là tánh giác nó nhắc chứ phải thân tâm vọng huyễn này đâu. Nhưng xét ở chân tâm thì tánh giác đó cũng nằm trong một cái chiếu soi, và đó mới chính cái ta cần thể nhập.

Tôi nhầm mình là thân này nên kẹt. Bạn tu "của tôi" bày cho cách tập nhận tánh giác, là hễ ngứa liền biết, "à, là cái biết ngứa chứ thân này không phải mình"; hễ đau liền biết "cái nhận đau [như] là mình chứ thân này không phải mình mà ngồi nhăn nhó". Sư bà Hải Triều Âm giảng ngoài tánh giác thường trụ ra, mọi thứ do sáu căn tiếp sáu trần để sinh ra thức đều huyễn hóa; chỉ là do nghiệp biến hiện tùy theo từng loài và từng nghiệp mạng sai khác. Điều tối yếu phải nhận tánh giác để *tỉnh ra*. Một khi biết thân tâm này không phải ta, tôi và bạn cần đảo chiều tư duy, tập ly huyễn ảo sống với cái tự biết. Bởi lúc nhận cái tự biết sẽ khởi đầu cho một nhịp sống đầy cảm xúc trong sự tĩnh sâu xa. Dĩ nhiên bậc chân tu luôn nhắc chúng ta chớ đồng nhất cái tự biết với *nhận Tánh* (hiểu ở cấp độ *giải ngộ*), sẽ khiến hành giả phá bỏ nền tảng, lún vào thoái đọa. Cái tự biết hiển hiện ở mọi chúng sanh nhưng để thấy báu vật này luôn đòi hỏi phải có chút *tuệ*. Chúng ta rất dễ nhận ra ở những vị có chứng một phong thái mà từ bi và trí tuệ hòa lẫn đến khó phân biệt. Ở họ có một nội lực sống tràn cả ra ngoài. Như một ngọn núi trầm mặc, lừng lững quyền uy song "không có gì cả". Tuệ ấy phát xuất từ đâu? Hẳn là từ định. (Định ở đây gồm hai cấp: *định tĩnh* và *định động*. Định và tuệ có thể phát xuất "đồng thời". Từ giới dễ sinh ngay ra tuệ, nhưng không có giới thì cái có được chỉ là tri thức (từ đọc và học kinh luận) và phước hữu lậu (từ công phu chấp tướng hành pháp). Tuyệt nhiên cung kính Tam bảo ở những cử chỉ hành động nhỏ nhặt nhất, sẽ tạo nên siêu năng lượng chiêu cảm lực tịnh khiết từ pháp giới; năng lượng ấy bao quanh hành giả và đó chính là lâu đài vi diệu của họ.

Con đường giải thoát là giải thoát ngay những phiền não trong cuộc sống. Không có chân lý cho một hành giả dùng tha lực bao biện cho sự chấp trước về tự ngã. Tôi nhớ mãi lời dạy: Con có thể chưa giữ trọn *giới*, nhưng nỗ lực tháo gỡ nghiệp tập sẽ nhận được *từ lực* của chư Phật và Bồ tát, của hộ pháp chư thiên kể cả ma quỷ và oan gia. Bạn đồng tu thì khẳng định với tôi: *Tha lực* không đặt trên sự ảo tưởng; tha lực là điều mà người đệ tử Phật hoàn toàn cảm được và hơn thế là sờ chạm được nằm ngoài sự huyễn hoặc.

Chúng ta chưa tin ma quỷ luôn ở bên mình, chúng ta chưa thấy hổ thẹn cùng cực với những hành vi xấu xa trong bóng tối thì sao tin nổi ánh quang minh rọi khắp ta bà. Quá sợ ma, là tin ma ở bên mình chứ tôi và bạn chưa đủ phước trí tin Phật hòa trong mọi chúng sanh. Mới biết tâm tràn ngập bất an sợ hãi. Để trốn tránh bất an và sợ hãi, tôi và bạn *tiêu phước* bằng cách đắm trong thụ hưởng, ngập trong thế giới phẳng của mạng ảo mà không hay đó là cảnh giới của ma tâm. Chỉ thói mê man lướt face thôi, tâm chúng ta dẫu gắng lấy giới bao trì cũng không thể định, ngoại trừ những bậc đã sống với chân tâm trong cảnh giới của *thường tại định*. Bạn tu từng bảo, chúng ta ngập trong cõi Dục, lẽ thường phải tu từ gốc dục! Quán bất tịnh để thấy mặt trái của *sắc* (như dao), để có cái nhìn sáng suốt ta đang lâm nạn vào những thứ hạ tiện nhất; từ lâu tôi và bạn mê vào tấm thân nghiệp báo từng khắc hiển lộ bóng dáng của thây ma giữa cơn lốc vô thường; để thấy từ lâu chúng ta luôn có thói phung phí những tinh túy của huệ mạng; để thấy *lưới ma vương cánh chim bằng còn ngại, hố ái tình bậc hiền thánh còn e.*

Con người và tự nhiên có mối liên hệ mật thiết, khi triết học và văn minh phương Tây du nhập nó khiến chúng ta dần cắt đứt mối giao kết này nên thế giới trở nên hỗn loạn, tai ương. Không thể chiết xuất hàng trăm củ sâm cho ra một viên thuốc để rồi xem đó là biệt dược được, vì củ sâm có mối tương duyên với cơ thể người (vốn cũng là nhân duyên đất nước gió lửa tự nhiên trong trời đất tạo hợp); ấy là chưa nói đến ý niệm con người phát ra sẽ khiến cái được sử dụng biến đổi theo tâm ý ác hay thiện của họ. Hơn thế mỗi người vốn mỗi nghiệp khác nhau, phước duyên khác nhau, một bệnh mới phải dùng đến nhiều loại thuốc. (Thế nên kinh mới vô lượng nghĩa). Chỉ từ đây mà xét đã thấy thuốc không phải "cái nhất", mà chân lý nằm ở phước nghiệp trong huệ mạng, chân lý nằm ở thái độ sống mỗi người đối với quy luật tự nhiên thường hằng. Vạn pháp do Đức Phật thuyết giảng cũng là để chữa *tâm bệnh* của vạn vạn chúng sanh có nghiệp/bệnh sai khác. Học Phật mà học cho hết kinh điển cũng như uống mọi đơn thuốc; trong lúc tâm muốn thanh tịnh để hiển lộ bổn tánh phải chuyên nhất trên nền tảng giới - định - tuệ và chuyên nhất vào một pháp môn. Khoa học và kinh điển Phật giáo gặp nhau ở nguyên lý, con người là sự kết hợp giữa ba yếu tố: vật chất - năng lượng - tín tức. Sách *Thiếu niên bảo thân* lý giải, một giọt tinh hàm chứa vô số thông tin, chứa phước đức và thọ mạng của một cá nhân và trong nó chứa thông tin của vũ trụ nữa; lúc phí phạm không thể chỉ dùng vật chất tương ưng với chất bổ dưỡng thiếu hụt đưa vào cơ thể là xong. Một bác sĩ nổi danh người Pháp nói, y học hiện đại trong việc giải phẫu người để tìm phương hướng chữa trị, cũng mới phân tích được cái xác người. Mỗi người mỗi nghiệp mỗi bệnh. Cũng như pháp là thuốc trị tâm. Đối với người thường dấy khởi niệm dục hay đặc biệt là tự ngã quá nặng thì *quán bất tịnh - vô thường* đáng đổi cả mạng sống, bởi chẳng có pháp ấy chẳng những mất đời này mà bị ngã-dục lôi vào ác trược muôn kiếp. Nhưng *người tịnh* chấp vào cái sự sạch sẽ ấy, ắt sanh bệnh ngã mạn còn khó chữa hơn lúc thân còn nhiễm dục. Từ đây mà suy, lúc các nhà đưa tâm lý ra mổ xẻ, phân tích để tìm cho ra những quy luật tâm-sinh lý, âu cũng là khám phá *xác chết của tinh thần*. Bởi chúng ta không thể ngừng được quy luật tự nhiên luôn biến đổi; chúng ta không ngưng được thời gian, không đột phá được không gian như các bậc chứng thánh thấy mình cùng với thiên nhiên nhất thể. Trong một bộ phim khoa học có thí dụ lúc thế giới sáng tạo ra đồng hồ, con người từ ngàn năm nghe nhìn thiên nhiên khiến được hòa vào thiên nhiên, nay họ nhìn đồng hồ, mối quan hệ này diệt mất. Giải Nobel Y Sinh học 2017 cũng được trao cho công trình khám phá về mối quan hệ tương tác mật thiết giữa con người và tự nhiên. Theo đó con người (trong chỉnh thể tâm lý và sinh lý) luôn chịu ảnh hưởng trực tiếp từ môi trường xung quanh. Một khi Mẹ Thiên Nhiên không được nuôi dưỡng và yêu thương như con người yêu thương nuôi dưỡng chính bản thân mình - đó là khởi sự cho những bất ổn về "bệnh lý hoàn cầu" tạo nên chướng ngại về phát triển trí tuệ. Con người dẫu đạt đến đời sống *vật chất* như vua song không nhờ đến hơn 90% cái *vô hình* như không khí, ánh nắng, gió và một thế giới tâm linh lồng lộng với nhiều sinh mệnh thuộc các chiều không gian khác nhau, con người đó sẽ mau bệnh và chết. Con người đang sống là nương nhờ vào hơn 90% cái chúng ta cho là *không* và vô tri, thực tế khoa học thì ngay đến nước cũng có tri giác. Hơn 90% cái chúng ta nương vào sinh tồn đó song chúng ta không một chút tri ân, chúng ta chỉ tri ân một phần tỉ của 10% cái tưởng làm nên con người, cũng có nghĩa chúng ta chỉ tri ân một phần tỉ lũy thừa trong toàn thể nuôi sống mình. Vẫn nghĩ những lúc đêm xuống, tôi chìm vào giấc ngủ và đó là sự kết thúc của "tiểu đời người"; nếu tôi "sống lại" (tức sáng ra mở mắt và còn thở được), ấy là nhờ sự bao bọc của 90% năng lực siêu nhiên, cụ thể hơn là sức gia trì của chư Phật-Bồ tát để tôi không bị nghiệp lực và bàn tay trái của ma quỷ lôi đi thọ báo sớm. Xét trên nhân duyên luân hồi, trong đời không ai không từng là cha mẹ thân quyến với ta trong vô thỉ kiếp quá khứ; do vậy trên đời không ai lại không từng là người thân của một vị Phật và Bồ tát nào đó trong quá khứ. Phật và Bồ tát đối với chúng sanh vốn bình đẳng tuyệt đối, thương xót tuyệt đối, chúng ta luôn nhận được lực gia trì từ họ song vô ơn, bởi ta nghĩ sự nghiệp trong đời này là do cái ngã dựng lập. Ta *nghi* lời dạy thánh hiền, ta nghĩ sự thông minh của mình vượt xa *thánh trí* (biết đến từng mẩu lông tơ ý niệm trong tâm ta). Ta hoài nghi bởi nghĩ bậc Thánh có năng lực vô biên sao không cứu vớt con người qua bao oan trái tràn ngập giữa xã hội, mà ta không cần hiểu những số phận đang phải trả cái nhân ác gieo trong đời trước; trong lúc không Phật-Bồ tát nào can dự vào quy luật vận hành tự nhiên này, mà các Ngài chỉ dạy cho chúng ta cách thoát ra, gieo duyên chỉ đường cho chúng ta giảm nợ nần ân oán, các Ngài chỉ nương vào nghiệp báo để lòn vào chất liệu giác ngộ, giúp đời bứt phá lầm mê. Chúng ta nghi lời thánh, nghi kinh điển được gạn lọc qua nhiều ngàn năm và càng gạn càng sáng, càng thực tiễn, cho nên chúng ta mới sanh tâm kiêu mạn. Từ Nghi trụt lui Mạn. Chúng ta không hiểu ngay đến sự tham tài, danh, tham chấp cả cái danh hành thiện hành pháp tối thượng nên vẫn luẩn quẩn. Tôi lần học đến đây chợt thấy toát mồ hôi, bởi mình vẫn mê *cái tôi ảo*, tôi làm chủ, tôi dựng lập lên sự nghiệp nên phớt lờ lực sống của hơn 90% cái vô hình cấu tạo nên vận mạng đời mình. Với một người chưa học Đạo, gặp lý này hẳn quá xa lạ như tôi từng cảm. Giờ buộc ta tri ân những thứ không hiện hữu, tri ân không khí, tri ân ánh sáng, nắng gió, tri ân những chướng ngại "vô tình" từ trên trời rơi xuống; sự tri ân này cảm giác như buộc chúng ta phải tri ân đống rác vậy. Chúng ta không linh giác về hơn 90% phần còn lại, chúng ta không tri ân, nên chúng ta không cách gì kết nối với lượng thông tin hơn 90% trong hư không vi diệu. Là khi con người xa dần thiên nhiên, bị hút vào thứ học thuyết tôn vinh những quy luật; trong lúc không thể rút được quy luật nào từ đời sống vốn biến dịch vô thường từng giây phút, như con người từng khắc già đi rồi "chợt một ngày tóc trắng như vôi".

Giải thoát luân hồi chính là giữ vạn pháp do tâm hiện mà không bị thức biến đi. Đành rằng tâm định thân mới định song chấp vào cái thân định sẽ tác dụng ngược là tâm loạn theo một loại nghiệp mới đầy hấp dẫn. Có lần bạn tu chấp định, liền bị thầy hỏi định ấy có lâu bằng người ngủ suốt đêm không, họ cũng định thân cả chục tiếng đồng hồ đó; ngay đến con nhện trên tường có khi nó "định" mấy ngày liền. Phát tuệ là cứu cánh. Từ định "chuyển tiếp" ngay qua tuệ, tuệ lại quay ngược soi vào giới, giới sanh năng lượng cho định; định phát tuệ để quán thấy mỗi pháp thanh tịnh và bình đẳng hơn với chính nó, để thấy nó cũng như chính ta đang nằm trong guồng quay của nhân quả luân hồi tơ hào không sai. Điều này đúng với lộ trình giải thoát là đưa ta *trở về*. Trở về chính là lộ trình buông xả những gì gom về và sở đắc. Buông để sống với những khoảnh khắc hiện tiền trong không gian vô tận của chân tâm. Một hành giả đã tin mình theo Phật (Thể tánh) cần giao trọn sự nghiệp cho Phật (Tướng dụng), còn sự việc ta làm hàng ngày rốt cùng cũng là phương tiện để đối cảnh mà giữ lấy chân tâm. Luôn giữ mọi ý niệm như *cái thuở ban đầu* trong sáng ngây thơ không dấy phiền não dẫu trước mắt là sự sụp đổ của pháp chăng nữa, bởi nếu được vậy chính là từ Tướng mà trở về nguồn Thể; đứng ở Thể, tâm ấy mới bắt đầu khởi Dụng, là điều thiết yếu. Chúng ta sống chỉ mục đích duy nhất là giải thoát phiền não và ly ngã sở nên một khi hướng theo cái nhìn của Phật sẽ dần biết cảm ân muôn pháp, chính bởi pháp pháp đều nhận được sự bao dung đến tận *đáy không* của Chân Tánh.

Sự thực thì Phật tánh có ở khắp vạn sự vạn vật, phần thô sơ là tánh giác. Tôi phàm phu, song vẫn biết nếu không có tánh giác thì những tri thức học được sẽ không thể tự sắp xếp thành một bài viết như thế này. Tôi khâm phục tánh giác tuôn ra những thứ ngoài tri thức, nhào trộn tri thức để kiến tạo nên cái gọi tác phẩm. Nhiều lúc ký tên mình lên một bài viết thấy hổ thẹn làm sao. Đâu phải tôi. Với chút tri thức nếu không có sự vận hành của tánh giác, hoàn toàn là tri thức chết. Lại nghĩ bất cứ ai cũng từng nhận sự gia trì từ bổn giác trong mình, chỉ là không để ý đó thôi. Lờ mờ hiểu điều này, tôi chợt nhận mình chẳng hơn ai. Thậm chí có lần tôi muốn sụp xuống khi thấy một con chó nằm ở hiên; tôi người lạ đi ngang, nó đảo tròng mắt ơ hờ, tôi lượn lại nó cũng vậy. Tôi làm rối, nó cũng không nhúc nhích, tuồng như tôi là con rối thật, tuồng như nó linh cảm mọi cái trước mắt thảy đều hư vọng. Tôi hơn ai chứ? Ai chẳng có tánh giác như tôi và như con chó kia? Lại nghĩ một người hành nghề hốt phân, họ có tự hào chăng? Trong lúc tôi lại cho cái sự ngồi tĩnh tâm của mình là cao sang và hơn cả một niềm tự mãn. Một bài báo do tôi viết, hoàn thành và được đăng trang trọng, dĩ nhiên ký tên tôi, song có thực nó là của tôi? Cũng như, một người thầu nhận từ "ông chủ" đang muốn xây nhà số tiền lớn; anh ta mua đầy đủ các loại vật liệu cát sạn, xi măng, sắt thép, gỗ, sơn, v.v và thuê tốp thợ xây. Ngôi nhà hoàn thiện, anh ta với tư cách chủ thầu liệu có khác tôi viết bài báo. Bạn sẽ bảo nhưng tiền là của ông chủ. Lại hỏi tiền có thực của chủ nhà. Giả như ông mua vé số và trúng, tiền ấy có phải nhờ ngàn nhà góp lại? Còn nếu xét ở duyên may do ông có làm phước từ đời trước hoặc trong kiếp này nên gặt quả lành, thì ông xét đến cùng chỉ là "trạm/bến" trung chuyển (Duyên) của

Nhân - Quả. Nhân quả đồng thời. Chắc chắc kiếp trước hay kiếp này ông đã tích nhân lành nên giờ nhận quả (trúng số). Tấm vé là quả ấy, nhưng ông khởi ý dùng vào việc gì, ngay lập tức thành nhân (xấu hay tốt). Tôi từng biết một người trúng số, liền đốt ngôi nhà cũ để xây lên ngôi nhà ngạo nghễ, và lúc ngôi nhà bốc lửa mới hay tấm vé số trong túi áo móc trong nhà. Trắng tay. Nhân là tấm vé số độc đắc, lập tức thành quả đắng! Nhân với Quả là một. Người chủ thầu mải mê làm xong ngôi nhà ở trên, họ "hiểu" lý này nên mới phủi tay; thâm tín hơn về nhân quả anh ta sẽ trích phần lãi tiếp tục quay vòng phước đức. (Cái sự biết buông xả này cũng chính là Trí tuệ). Còn với chủ nhân của những bài báo. Nếu tôi nhờ bạn viết một bài về mẹ hay vợ tôi, bạn viết được chăng? Bạn đã biết gì về họ đâu mà viết! (Việc này dạng như đưa một công án, một thoại đầu khiến hành giả bặt đường biện giải). Bạn bắt đầu lần đến những mối quan hệ kết nối với hàng xóm hay bè bạn của tôi để tìm hiểu về mẹ/vợ tôi), và bắt đầu có những thông tin đầu tiên. Đến lúc bạn tạm đủ tư liệu viết (tổng hợp) thành bài âu cũng là cái biết của tảng băng nổi về họ. Song chừng ấy để thấy nếu không có dữ liệu từ ai đó đâu đó, bạn hoàn toàn mù tịt. Cũng như ta không thể tưởng tượng ra cõi "Phàm thánh đồng cư" và cung cách sinh hoạt tại đó. Còn nếu ta tính công do mình cạy cục viết nên, cũng nên nghĩ tới những người công nhân vệ sinh họ cũng như chúng ta vậy, trong lúc họ không đứng tên mình cho những con đường sạch hàng đêm. Còn nếu bảo tôi viết hay hơn người khác, càng hiểu không gì nằm ngoài sức gia trì tùy vào duyên nghiệp từng người tạo dựng trong cuộc sống có gần với chân tánh vũ trụ hay không; không ngoại trừ chúng ta là kẻ "ăn may" kiếp trước.

Thật xót, tôi lâu nay vẫn là *một vọng* trong đại viên kính trí của Tánh Giác. Trong ta bà thế giới, sự hưởng thụ tôi và bạn tự phong, ấy là sự quay về với loài vật. Đau không?! Bạn và tôi phải hạ mình xuống với "tầm vóc" của loài vật để xưng danh hai từ hưởng thụ! Đau nhỉ. Thầy tôi nhắc lời một vị Tổ, rằng vạn người tu chỉ vài ba người thành tựu. Nguyên do ở đâu? Bởi hổng nền tảng Nguyên Thủy, sa hố tình chấp. Dục chính là sợi dây thừng trói cột chúng sanh vào quả địa cầu. Nên nguyện dẫu lớn song bị tưởng ấm chi phối chứ thực ra chúng ta chưa chặt được sợi dây thừng mê-tình-chấp. Mỗi ngày vẫn ghiền và chấm mút cảm xúc để sống đói qua ngày. Nhưng có một nỗi đau cho chính tôi, là thời nay chẳng mấy ai [và tôi] còn hứng thú với phương pháp quán Tứ niệm xứ, đặc biệt quán thân vô thường - bất tịnh; và do không lấy đây làm căn nền nên tu theo pháp môn nào cũng khó. Bởi, chúng ta không phá nổi *thân kiến* nên luôn được bọc êm ái trong nhung lụa của thần Chết bằng nỗi sợ thường trực do vậy vận mạng bị nghiệp tam đồ nắm giữ. Đọc sách về thánh tăng mới hay họ buông/chuyển hóa được thứ dục lạc chúng ta đang nắm giữ, đó mới là sự hưởng thụ tối cao đích thực. Ân sư suốt đời chỉ dạy mỗi chữ Buông. *Buông xuống là trí huệ chân thật.* Buông xuống phân biệt chấp trước với mọi trần cảnh, bởi mỗi pháp đều đang viên dung với nhân-duyên-quả chính nó đang "sở hữu" từ tiền kiếp và từ khắc khắc ý niệm khởi sinh. Buông là thấy pháp. Trong chân tâm không có tham sân si mạn, chúng ta mang nó từ luân kiếp và tưởng con cái của mình. Chấp những thứ giả hợp làm mình và dựng lập thành kiến quy chụp vạn pháp để thỏa mãn cuộc chơi bất tận của tâm thức. *Buông cái Giả - ngay đó Thấy cái Thật.* Đây là vòng trôn ốc lên mãi, như mũi khoan xoáy vào *Lâu đài Luân hồi Ảo ảnh*, đột phá nghiệp dĩ.

Thế gian huyễn mộng. Kinh điển dạy giấc mơ và đời thực trong ta bà đều do tâm biến hiện. Nhiều khi tôi vẫn cảm nghiệm sự tương đồng tuyệt đối giữa cảnh mộng và thực, bởi sự đau buồn hay hạnh phúc giữa hai cảnh hoàn toàn *như* nhau. Có lần tôi bị người thân đánh không thương tiếc trong mộng. Những ngày sau gặp họ, tôi lại không thấy giận. Giả như họ đánh tôi ngoài đời, ít nhất tôi cũng tránh mặt dài dài… Bên trong ảo, bên ngoài cũng ảo, mà tôi lại chấp một đằng, buồn quá! Buồn bởi tôi còn lù lù cái "tôi" to tướng, bởi tôi luôn nhốt mình trong chiếc lồng son của ngũ ấm rồi tự huyễn thêm ảo danh vượt thoát. Bậc chánh giác thấy mọi tướng đều hư vọng. Cái tôi đây hư vọng, dĩ nhiên bạn cũng hư vọng. Tôi đã hư vọng lấy gì để "thấy" các tướng *như thật* nữa. Còn khi tôi *muốn thấy* theo nghiệp, dĩ nhiên phải quán/thấy cho ra các tướng vốn thanh tịnh. Mỗi mỗi đều thanh tịnh với chính nó, cho nên nó thanh tịnh với toàn thể. Bởi cái gương tôi bám vọng trần nên mới phản chiếu tướng của các pháp ô nhiễm. Một lần có người tự dưng nhắn tin gây rối, rất lâu tôi mới hạ hỏa thấy ra, ừ, người này đâu gây rối với bạn và bao người khác, họ chỉ gây rối với tôi mà. Âu là nghiệp chiêu cảm. Nếu nghiệp tôi thanh tịnh trở về chân tâm sáng trong, thì sự gây rối đó đơn giản là đang soi vào trong chiếc-tâm-gương, nào có tội tình chi. Bởi tôi không thấy được ngoài tánh giác ra, cái tôi này là vọng, nghĩa là không nhận tánh giác nên mê. Khi mê liền bị nhốt trong ngục tù của ảo. Tôi và bạn đều thấm, ảo ảnh là cái không, như *sân*, như *ngã*; khốn nỗi chúng ta có thể tàn rụi và chết bởi cái không hề có ấy, cái *tự* ảo hóa ấy. Nếu cái *sân* là thật, không ảo; lúc tôi nổi giận, là tôi đang giận, vậy lúc hết giận rồi tôi ở đâu? Cơn giận nếu là tôi thì cơn giận mất tôi cũng mất chứ. Thế mới biết giận là ảo ảnh có cội nguồn từ *si*. Cũng như *ngã* vốn *tập tánh* chứ không phải *tự tánh*, vậy mà nó hiển hiện như một lâu đài với năm bức tường ngũ ấm và chúng ta cứ thế mang theo cho đến trước hố tử thần vẫn chưa nghĩ đến chuyện bước ra.

Khi bạn và tôi quen thói dựng lập những khuôn thước ảo từ sáu căn, nó sẽ chống trái tiêu diệt những thứ không vừa với khuôn nghiệp ấy, và đó chính là chúng ta tự mâu thuẫn, tự phiền não do bẫy rập của Ngã. Bạn và tôi không thâm nhập được vào hang ổ của ngã chấp thông qua hàng rào khuôn nghiệp, song nhận diện thấu rõ nó chúng như những tiểu ngục tù ảo, để tìm đường cho ánh sáng của trí tuệ Phật pháp soi vào. Tôi và bạn là phàm phu chính hiệu, lại không chịu nghe lời thánh trí, Phật trí. Không chịu tin kinh nào cũng đều là chìa khóa mở kho tàng phướng trí sẵn có. Nhập tông môn, có người chọn một câu trong kinh trì niệm đối kháng với vọng-tưởng-ma; nhờ cuộc tuyên chiến này Phật lực trong họ sẽ mạnh. Ít năm sau, thuần thục trì niệm rồi, *tánh nghe* nghe rõ âm ba vi diệu rồi, hành giả chuyển thêm tầng công phu mới đi đến hòa giải với vọng tưởng, lìa vọng tưởng như một người đi rừng luồn vào tay con yêu tinh cái ống nứa. Câu kinh trở thành ngọn đuốc chỉ ra Cái Tự Biết, và chính câu kinh đó hoàn về cảnh giới Thường Tịch Quang mà minh chứng không quá hiếm trên đời. Tôi nhớ về bạn tu, người mà tôi luôn khuyên học thiền; luôn bảo thiền sang lắm. Một lần đến nhà tôi thấy họ đang ngồi kiết già tĩnh tọa, mặt lặng phắc, đợi đến suốt ruột, đến phát hoảng nên tôi bỏ về. Sau gặp lại tôi trách tu thiền mà lâu nay cứ im ỉm. Họ bảo, "đâu, là trong tâm tui chuyên trì một câu kinh mà". Giật mình, té ra họ lấy một câu kinh làm thực tại duy nhất kết thành định cầu tuệ. Họ bảo ai tu gì cũng tốt, miễn là có chút thanh tịnh mà "hưởng" kẻo dục lạc trần gian lôi tuột đi lúc nào không hay, đã làm quyến thuộc của ma vẫn tưởng mình con Phật; đó là lý do bạn tu chưa bao giờ khuyên tôi bỏ thiền qua trì một câu kinh. Câu kinh làm nền cho giới định và tuệ. Ấy cũng chính là pháp môn Giới Định Tuệ. Bạn chia sẻ câu kinh vang lên tự tâm, là cái nghe ở ngay đó; câu kinh cuốn vọng tâm đi, cảm giác như dàn nhạc sống tưng bừng trong sự tịch tĩnh sâu xa. Một câu kinh kết thành bè thành phiến ấy là họ, chứ không phải thân cũng không phải vọng tưởng mà lâu nay họ nhận nhầm. Ở trường hợp này, câu kinh được xem là cái-tự-biết-giác. Câu kinh ấy thay mọi vọng bên trong và mọi âm thanh ngoài trần ai lắm nỗi.

Từng nghe đến quen câu "vọng tưởng là bồ đề". Điều này vẫn có vẻ xa vời, tuy nhiên qua sự khai thị của các bậc đạo sư, chúng ta hiểu rằng với cái tự biết, nó thấu thị chân lý đó. Ngay chính thời khắc nhận biết sự khởi sanh của Vọng - là Chân. Khi Đức Phật chỉ lên cái bóng đèn và hỏi một vị Tỳ kheo ông có thấy bóng đèn đang đỏ kia chăng? Vị Tỳ kheo đang bệnh nhìn lên, gật đầu; Đức Phật liền bảo, thì Ta cũng thấy như ông. Là thời khắc khai ngộ đặc biệt; thật hiếm song qua đó chúng ta hiểu Phật tánh có ngay ở sát na vị Tỳ kheo hoát nhiên thấy biết. Cái đó thường hằng, và, nó bình thường. Trọng yếu là Cái Bình Thường ấy phải được đặt trên nền của giới định tuệ. Thảy mọi điều trong kinh luật luận mà chúng ta "sở hữu", nếu không phát xuất từ *lực định* hay lùi về là phát xuất từ *lực giới*, đều là chướng. Lại trộm nghĩ, chư Tổ sư với tâm đại bi thường đã "giấu" đi *Phật bảo* đối với ai đó chưa bắt đầu từ căn bổn giới; bởi sự tiếp nhận "độc chiêu" rất dễ trúng *độc*.

Những bộ kinh kỳ vĩ nhất trong hệ Đại Thừa luôn chỉ ra yếu quyết của nhân giải thoát là nhìn thấu ngũ uẩn vốn hư giả. Cái hư giả không phải ta cứ nhắc đi nhắc lại là thành, không phải ta gật đầu là xong, mà phải soi chiếu quán sát thông qua mọi hoạt dụng đời sống gồm cả thiên nhiên cho đến vật vô tri. Không gì khờ dại hơn việc chụp bắt những hình tướng hư giả. Ta phải *như thật* thấy bản chất của nó vốn không tự thể ngay sinh đã tự diệt; cho đến khi biết ngắm nghía tham sân si khởi sinh ở thân tâm như ngắm sự ảo diệu của một ngôi sao băng là ta đang dần *tự ly* khỏi bầu trời mộng.

Sự thật có nhiều con chó nhìn thấy ma và thường đêm vẫn sủa bóng, nhưng không vì thế ai cũng cần nuôi chó canh chừng ma để tiếp tục ngủ vùi trong đêm trường mê vọng.

Chương 2

Những vọng niệm luôn ở trong ta, chúng hãnh diện bởi sự hiện diện đầy quyền lực. Chúng đùa giỡn não hại ta một cách thầm lặng như vi rút ăn rỗng "cái không". Nhưng vọng niệm chướng ngại chân tâm hay chính sự đối kháng giữa chúng?

Tâm lý những hành giả sớm tiếp nhập Bát Nhã dễ bỏ qua căn nền, khiến sự xây nhà trở nên ảo tưởng. Cái sự ảo tưởng ở đây không có gì xấu, mà nó hàm nghĩa chớ vội mộng vượt luân hồi và đương nhiên những gì chúng ta có về Phật pháp sẽ xếp vào kho đợi một kiếp nào đó thuận duyên hơn.

Đức Phật giảng muôn pháp, hẳn là mong chúng sanh thực hành Buông hư vọng. Khó tìm thấy pháp nào nằm ngoài đời sống, và mọi tướng trạng của pháp đều huyễn, thế nên sống là một quá trình buông. Buông đi sự chấp trước về vạn pháp.

Buông là một nghệ thuật như các loại hình nghệ thuật khác. Nghệ thuật buông cũng đưa chúng ta đến sự thọ hưởng, nhưng đó là sự thọ hưởng vượt ngoài hạn định không-thời gian vô vàn những quy luật, khái niệm mà con người tự tạo và khuôn mình trong đó.

Nghệ thuật Buông dĩ nhiên cũng dựa trên thế tục, hòa vào thế tục để thấy vạn pháp sẵn tánh giác luôn phơi lộ chân - thiện - mĩ - tuệ. Để thấy duyên cảnh bên ngoài thực ra cũng là sự phóng chiếu của tâm nghiệp báo. Bởi chấp trước nên mỗi người tự tạo riêng cho mình một tấm gương soi, song hết thảy gương đều nằm trong tấm gương nghiệp báo chung của chín pháp giới. Cũng là từ vọng niệm vốn đã hoàn hảo, bạn và tôi lại đòi chỉnh sửa (thay vì mở rộng lượng tâm soi chiếu và bao dung). Mọi chúng sanh với ta đồng nghiệp. Chúng ta đều là những đứa con luân lạc từ một Tánh Mẹ tự nhiên. Thân nghiệp báo là vay mượn đất nước gió lửa từ hư không. Vay mượn từ hạt bụi đầu tiên trên thành tử cung người mẹ rồi ngỡ đó là mình, tôi lớn lên và đắm chấp vào nó không chịu trả về hư không. Chưa tin nổi lời Phật rằng nó chẳng phải mình. Chúng ta chấp giữ và tự tạo nên một bức tường ngũ ấm dày đặc chống lại chân lý vô thường. Kinh cũng là thực tế cuộc sống. Ai ít nhiều đều quan sát thấy nguyên lý Nhân - Duyên - Quả ẩn hiện giữa đời thường. Những trường hợp đó hoàn toàn không liên quan đến kinh điển, người quan sát và đối tượng cũng chưa từng học Phật, chỉ là sự "truyền thừa" thô mộc trong nhân gian; nhưng một khi nó lọt vào khuôn Nhân Quả, vậy cảnh đời thường phàm tục ấy có ra khỏi Phật pháp chăng? Vạn pháp không ra khỏi đại viên kính trí của Phật, thế nên vạn pháp đều nằm trong tâm Phật. Chúng ta cứ hay khởi cái niệm về những điều trái với ý mình mà không tu từ gốc rễ phân biệt, chấp trước vô minh. Cảnh giới Nhất chân mê vọng không hai, phiền não và bồ đề không hai, chân và tục không hai, vạn pháp nhất như. (Dẫu rằng lý này với tôi cũng chẳng khác trẻ nhỏ lại đòi cầm dao sắc; mới nghe thôi đã thấy lạnh gáy rụng rời thân tâm (!), nào dám cầm nhầm). Lúc tôi nhìn một người nhặt chai bao sinh tồn, có một triết lý cao siêu ẩn trong nhịp sống của họ song chúng ta không thể chạm, bởi muốn chạm tới tôi phải là người nhặt rác, không đóng vai mà sống thực với hoàn cảnh đó. Bạn tu chuyên niệm một câu kinh; thử gắn với việc nhặt rác. Lúc ta đưa tay nhặt đồ thừa trong thùng rác ăn để duy trì sự sống, bao ánh mắt sẽ hướng về. Nếu có một cái ngã đứng đó dĩ nhiên ta không thể thò tay vào thùng rác nhặt thức ăn thiu thừa lẫn trong vô số dơ bẩn chẳng ngoại trừ băng vệ sinh và càng không thể đưa lên miệng ăn trước bao ánh mắt đang nhìn. Bao ánh mắt đó chính là vọng tưởng. Nếu bạn tôi vừa chuyên niệm một câu kinh vừa để ý vọng tưởng, sẽ bị nghiệp lôi dẫn khiến chẳng bao giờ có cơ hội chạm tới *tự định*, mà cái tạm lắng chỉ là nhờ "công phu dẹp loạn" tạm thời. Ấy là ta sanh thêm vọng tưởng để chống lại vọng tưởng (vốn tự sinh, sẽ tự "diệt" một khi nó lọt vào *tánh thấy/biết*). Lý này với sự vi diệu mà bạn tu chuyên trì niệm một câu kinh có sự khác biệt lớn. Ân sư dạy: Vọng tưởng không thể có năng lực đoạn trừ vọng tưởng; về mặt cơ bản chúng ta đã phạm sai lầm!

Ngũ ấm tự kiến tạo, nên ra khỏi nó là việc của chính ta khi nương vào ánh sáng Phật pháp. Hàng rào ngũ ấm do tôi dùng chất liệu vọng tưởng dựng lên để thủ đắc dục lạc thế gian. Ngũ ấm, ở đây chỉ dám bàn ngoài lông da, còn sào huyệt của chúng thật ra bạn và tôi chưa dám tưởng đến. Ngay ở sắc ấm tôi đã chưa hề có chút xíu định lực quán chiếu nói gì đến mức độ thâm sâu. Những người đã chuyển từ *chỉ* (định) qua *quán* (chiếu) họ mới thấy thân và tâm là một; vọng khởi từ tâm cũng chẳng khác cơn đau chợt hiện nơi thân, đều hiện trên một tấm gương thấy biết. Nhầm lẫn nghiêm trọng nhất khi tôi cho ngũ ấm là lâu đài được xây bằng xi măng cốt thép kiên cố bất khả công phá, trong lúc bản chất của nó đích thực là Lâu đài Ảo ảnh. Ngũ ấm nôm na mà hiểu như lúc ta bỗng lạc vào một giấc mơ và vô tình mở cửa tâm chiêu dụ ma; chiêu dụ bọn trộm. Học Phật, nhận ra hàng rào này ngăn che sự tiến hóa, nhưng ta rụt rè không dám phá bỏ. Ta sợ nước lũ sẽ ập vào ngôi nhà chứa dục lạc, chứa tài danh sắc. Ta sợ trộm cướp ùa vào. Cho đến lúc nhận ra sự hư giả của hàng rào ngũ ấm, ta quyết phá bỏ, và đây là giai đoạn cần nhất Phật lực gia trì, cần nhất sự nỗ lực cá nhân quyết viễn ly ảo ảnh.

Quán chiếu giấc mơ sẽ thấy giữa mơ và thực giống hệt nhau bởi đều chung các ấm ma, rõ nhất là thọ ấm; khác là trong mơ nó đã để lại thân xác trên giường. Điều này lộ ra một bí mật: thân chẳng phải ta, và cái ta tạm thời là thần thức đó thường đêm vẫn bỏ lại thân huyễn này để rong chơi và tạo nghiệp luân hồi. Thế nên có pháp môn giúp hành giả chuyên chú một hướng, một cõi, và nhờ trợ lực chư Phật để lúc thần thức vừa ra khỏi thân liền được hút về phía "an toàn nhất" ấy. Còn với những người tu theo hướng Thượng thừa, họ "thấy tánh khởi tu"; điều tiên quyết về mặt lý phải nhận ra tánh giác bổn nhiên, cái không sanh diệt, như là cảm được hơi ấm của mặt trời dẫu không thấy mặt trời, từ đó dụng công theo hướng giới định tuệ, cầu tuệ thấu suốt để buông xả chấp. Kinh nghiệm nằm mơ, đa phần tôi đều có mặt. Một lần mơ thấy mọi người chung vui, còn mình vắng. Tỉnh dậy chợt nghĩ, mình nằm đó trên giường lúc mơ; trong mơ thì không thấy mình, vậy mình đi đâu. Ai đang thấy giấc mơ diễn ra trong lúc tôi không có mặt (trong giấc mơ đó). Phải chăng là cảnh mơ ấy hiện lên trên một tấm gương thấy biết vô hình vô tướng. Tôi chính là một thực thể vô hình giác biết, nhờ giấc mơ hiện trong đó nên tôi cơ hồ cảm nhận được tôi. Rồi nữa, mơ là do ý thức hoạt động, nhưng sao các căn cũng đâu khác lúc tỉnh, tôi bị đánh vẫn đau, vẫn máu chảy khóc than chẳng khác ngoài đời. Bởi, ngoài đời tôi cũng mơ, nên mơ của mơ cũng tương đồng; thậm chí trong mơ còn chồng thêm một giấc mơ nữa, thì cũng đau như chân vấp hòn đá nhăn mặt vừa thổi vừa thoa tim vậy. Chợt hay tôi không phải thân này, mà chỉ thuần là cái biết thôi. Nếu tôi là thân này thì thân trước của tôi đâu. Tôi vốn trải qua vô số kiếp nên từng thọ nhận vô số thân. Lại nhớ lần bạn tu đưa ra tấm hình của một người lạ hoắc, hỏi tôi biết ai đây không, cứ hỏi đi hỏi lại, không biết à? Tôi nhìn hoài, không nhớ. Bạn bảo kiếp trước của chú đó. Tôi giật mình. Bạn cười. Đùa chút, nhưng mà quán đi, không tấm hình này thì lấy một người chưa từng biết mà quán họ là thân kiếp trước của mình, cho nhẹ đi cái sự chấp thân với khuôn mặt dễ coi này là mình. Tôi sau đó tự đứng trước gương mà hỏi, cái này là mình sao? Không. Giả thôi. Mượn thôi. Chỉ vì sự chấp quá sâu từ nhiều kiếp nên cái huyễn thành thật lúc nào không hay. Bạn tu còn kể lần ngồi ở một quán nước, có vũng nước ở lề đường phản chiếu bầu trời, sực hiểu, ờ, bầu trời dưới nước kia và bầu trời phía trên cái nào thật. Thường chúng ta vẫn nghĩ bầu trời trên đầu là thật, bầu trời dưới nước giả. Mà làm gì có bầu trời trên đầu. Cái bầu trời ấy giả mà!, cũng như thân này vậy. Giả hợp. Sự nhận nhầm thân vọng thành chân cũng ví như chúng ta sau cuộc chạy loạn, bỗng gặp một ngôi nhà trống, vào ở. Ở lâu quá quên luôn ý niệm nhà của ai, thành nhà mình một cách hồn nhiên. Hàng chục năm sau có những vị khách tới xin nghỉ trọ mấy ngày. Gia chủ chợt vụt hiện cái ý nghĩ, những vị khách này là lạ, có khi nào họ là chủ nhân của ngôi nhà vờ đến ở để thăm dò, để lên án cái sự chiếm hữu của mình. Gia chủ bỗng nảy ý đề phòng. Những vị khách cũng thấy gia chủ có cái gì dè dặt khác thường, họ tìm hiểu. Họ bắt đầu buông những câu nói đánh động về sự chiếm hữu ngôi nhà trống… Bởi từ lúc nhập thai chúng ta chấp hạt sương trong thai là mình, sinh ra căn xúc trần lại chấp thêm cái tâm hư giả nữa, thành ra thân tâm ấy hiển nhiên là mình lúc nào không hay. Ngỡ ta là chủ nhân ngôi nhà. Rồi khi những vị *khách trần* ghé thăm, khách bắt được tâm ý của ta nên họ lấn chủ. Khiến chủ thành kẻ ăn nhờ ở đậu.

Là lúc thân tâm ta bị cảnh trần làm chủ, nên mê, không còn tĩnh tâm suy xét những khách trần ấy thảy đều tướng hư giả của *tiền trần*. Từ sắc trần cho đến pháp trần thảy đều huyễn. Chẳng những khách trần hư giả, mà ngay chính chủ nhân ta từng bị khách hoán đổi vị trí để rồi phải làm nô lệ kia cũng hư giả nốt; chỉ có cái gương tánh giác sáng suốt soi rõ mọi khách-pháp trần, soi rõ trong tâm và ngoài tâm mới là cái ta cần nhận lấy. Tôi chỉ bắt được những ý niệm thô, và đã quen với việc thấy chúng, nên mỗi khi niệm tham sân vừa lướt qua lúc đối duyên "tôi" liền biết và liền thầm bảo, hãy bao dung lấy nó, hãy tha thứ cho nó, hãy để nó tự trôi đi như mây huyễn trong chiều...

Hành giả thực hành dở bỏ phần nào [chấp trước] hàng rào vọng tưởng, bọn trộm cướp ập vào thấy một ngôi nhà trống; nhưng chúng không rời đi liền. Chúng còn nghi hoặc ta chôn giấu của cải đâu đó dưới nền trong tường, hoặc chúng ở đó "ăn vạ". Điều này khiến hành giả hết sức băn khoăn khó xử. Phải chăng mình sai, phải chăng mình quá liều. Người ta khởi ý nghĩ, ồ cái này quá bình thường, tâm vẫn tựa phàm tình, rồi có ý ra khỏi sự thật hiện tiền đang tiếp diễn đầy sinh động. Trong lúc bọn trộm cướp còn đứng đó với đầy đủ ma lực để khiến hành giả chao động thiết lập lại hàng rào hư ảnh. Sự mong mỏi Buông là điều rất cần. Bạn tu nói rằng tâm cầu Buông ảo ảnh sẽ cảm ứng Phật lực.

Những vọng tưởng luôn ở trong ta, chúng hãnh diện bởi sự hiện diện đầy quyền lực trong ta. Chúng đùa giỡn não hại ta một cách thầm lặng như sự ăn mòn, như loài mối chuyên nghiền rỗng cột kèo mà vẫn giữ nguyên bề ngoài bóng loáng; lúc ta phát hiện thì phước mạng đã cạn, đó là quy luật đau đớn của luân hồi. Cho đến một ngày, ta chợt thấy sự xuất hiện của chúng quả có cái gì đáng ngờ, xâu chuỗi lại ta thấy chúng thật sự vô nghĩa đối với đời sống của ta. Chúng như một cái bóng đèn thắp vào ban ngày phí tiền vô ích. Rồi ta nhận ra điều hệ trọng, chúng là những "mật vụ", chúng giả vờ như không song chiếm hết thần hồn xác thân ta. Khi chúng biết ta đã biết về nhiệm vụ của chúng, bị ta gọi tên thì chúng dần bị rút phép thông công. Sự quyết liệt dễ khiến vọng rúng động ngay trong hàng ngũ của chúng.

Với năng lực ghi nhận và quan sát thuần túy, ta không nhất thiết diệt trừ vọng tưởng. Chúng hoàn toàn không có tự thể, chúng hoàn toàn không có chỗ bám víu một khi đã bị lột mặt nạ, dần hao nguồn nhựa sống. Điều thiết yếu là hành giả cần tương tục vận hành năng lực quan sát tâm ghi nhận chúng như là một linh thể tự nhiên hư giả. Ở cấp độ cao thêm, như đại lão Hòa thượng Chin Kung từng giảng trong kinh Hoa Nghiêm: "Vọng tưởng là bồ đề, đoạn vọng tưởng chính là đoạn luôn bồ đề". Một tên ác ôn tự nhiên lù lù xuất hiện trước nhà. Vấn đề không phải hắn xuất hiện mà vấn đề nằm ở chỗ ta chấp vào cái thiện trong mình nên tự chống lại cái chưa thiện trước mặt. Bước lên một bậc thang tâm linh nữa để đặt câu hỏi: Tên ác ôn ấy có Phật tính chăng? Dĩ nhiên có. Thế gian muốn có thêm một Phật tử thì cũng từ tên ác ôn đó chứ lẽ nào giết hắn và tìm một Phật tử khác đặt vào. Thế mới thấm thấu lời khai thị của bậc cao tăng nói trên: "Trong tứ hoằng thệ nguyện nói phiền não vô tận thệ nguyện đoạn. Có thể đoạn được sao? Nói với chư vị rằng đoạn không được. Nếu như phiền não đã đoạn rồi, bát nhã trí tuệ đức năng trong bản tánh của quý vị há chẳng phải đã đoạn hết rồi sao! Vậy làm sao có thể đoạn. Đoạn là một chữ giả thiết, quý vị phải hiểu được không phải là thật đoạn; là chuyển, phiền não chuyển thành bồ đề, sanh tử chuyển thành Niết bàn. Khi chuyển rồi, phiền não vẫn là tự tánh, vẫn là tánh đức". Một con voi phá rừng, với sức mạnh ấy ta có thể chuyển công năng dụng vào việc kéo hàng. Người tánh nóng như lửa cũng chưa hẳn chướng ngại học Phật. Một phen nhận ra sự ảo giả cuộc đời, họ dụng bản tánh nóng ấy để đốt cháy nghiệp tập vượt thoát rất nhanh. Điều quan trọng là phải biết chuyển. Tôi từng biết đến những hành giả nghị lực rất đáng phục song dụng chưa đúng chỗ. Họ thuần ăn cháo trắng muối mè suốt tháng trời để thanh lọc cơ thể, không vì mục đích chính tăng trưởng công phu mà trước hết nhằm thuyên giảm bệnh để tiếp tục có cơ hội thụ hưởng món ngon thỏa mãn tính ảo của giác quan.

Ta thấy, vọng tưởng trước hết là sự đối đầu giữa các vọng tưởng. Sao phải gặp phải sống với một người ta luôn thấy chán, trong lúc hàng xóm lại rất quý họ. Hẳn do tôi không chấp nhận người ấy như một thực thể trong đời sống "của ta" nên khởi ý loại trừ. Cũng như ngón tay sinh ra thiếu một lóng, lẽ ra chấp nhận nó *như là* sự hoàn hảo (nhờ duyên nghiệp nặn ra), *cái ta* lại thấy khó chịu nên bôi nhọ sự toàn thiện của tánh giác vốn không phân biệt chấp trước. Thử vẽ những mũi tên bắn lên và xem đó là vọng tưởng; bây giờ nghĩ xem, vọng tưởng đó chướng ngại chân tâm hay chính sự đối kháng giữa các vọng tưởng? Một vọng tưởng màu đỏ nổi lên (do có thể mắt thấy đối tượng đỏ) liền khó chịu bởi ta vốn thích sẵn màu xanh. Như vậy vấn đề đâu phải vọng tưởng màu xanh hay màu đỏ mà ở chỗ màu xanh đang chống màu đỏ. Tâm ta lưu cửu những khuôn nghiệp và tự làm chướng ngại tướng trạng. Thấy người ăn mặn liền khó chịu bởi ta có trường trai; chấp vào ăn chay gắn nó vào cái ngã "ta ăn chay đây" nên hễ vọng tưởng ăn mặn nổi lên là đưa ăn chay ra trưng diện lên mặt và chứng minh ta với những khuôn mặt thiện khác. Với người tu dĩ nhiên là đoạn tất cả ác làm tất cả thiện. Kinh luật luận học để thấy được thật tướng ta nên hướng thiện hành thiện hòa mình với thiện làm một, rồi nữa nhận lấy tánh chiếu soi cái "làm một" đó để thấy vạn pháp tự nhiên nhất như; chứ kinh luật luật học vào không phải để biến thành cái máy phát hiện lỗi lầm tha nhân, phát hiện ác và lên án xua đuổi, thậm chí đem kinh luật luận ra chỉ trỏ tăng ni, chỉ trỏ luôn cả Bồ tát nghịch hạnh. Ở một nghĩa cao hơn xét trên lý vô thường sẽ thấy vạn vật biến hoại trong từng sát na, đâu có dừng lại khắc nào để chúng ta chấp vào. Người phàm như tôi không thấy được mức vi tế, thì cứ xét ở mức thô phù. Có lần nhìn tấm ảnh chụp mình mấy năm trước, tự hỏi, ai đây nhỉ. Rõ ràng khác hẳn mình giờ; còn nếu là tấm ảnh chụp hồi nhỏ, ai cũng đều tự thấy đó chẳng phải khuôn mặt ta bây giờ. Xa lạ. Vọng tưởng cũng vừa sanh liền diệt, chẳng niệm nào dính niệm nào để ta chấp cho được. Tụng kinh trì chú ở bậc sơ khởi dĩ nhiên có yếu tố dẹp loạn vọng tưởng. Lúc vọng đã "biết mặt" rồi nên cần dùng định lực khai trí. Khi chúng ta không hề mảy may chống đối vọng tưởng và các vọng tưởng cũng không còn chống đối nhau, chúng sẽ mất dần năng lượng, dần tan vào hư huyễn. Bạn tôi chuyên niệm một câu kinh, học Tổ, có đưa ra cách phát hiện vọng là cứ niệm từng chuỗi mười câu, hễ nghi vấn đang câu thứ mấy tức đã có vọng xen vào, liền bỏ ngay vòng đó niệm lại từ đầu. Cứ như vậy miên mật ngày đêm bất cứ trong hoàn cảnh; đi đứng nằm ngồi, nhặt rau thổi cơm đều kết lại từng chuỗi mười câu kinh như vậy. Bạn nói ngồi giữa đạo tràng có lần kiểm chứng trong một giờ chỉ mươi lần chuỗi bị lạc mất. Niệm chậm thì đậm như thế thái cực quyền; niệm nhanh thì lướt như hình ảnh song tâm nhận rõ chữ kiểu như nhận diện từng hình trong 24 hình (tĩnh) ghép lại để thành một giây (hình ảnh động). Để thấy nếu chúng ta sau chặng công phu cơ bản *hàng phục vọng tưởng*, nay hành theo cách "buông" vọng tưởng, trả nó về như nhiên mà càng ngày vọng càng tự tung tự tác, càng sinh sôi và càng tăng sức mạnh tiếp năng lượng cho tham sân si mạn, thì chúng ta đang hành sai ngay từ gốc của giới - luật.

Vọng tưởng vốn hư giả song bạn và tôi cho thật, gán ghép với ta, nên vọng khởi chính ta khởi, vọng buồn ta buồn, vọng vui ta vui, vọng điên đảo ta điên đảo theo. Bản chất của vọng là luân hồi, ta gắn với nó nhận nó là mình nên luân hồi theo. Vọng là trò chơi của tâm thức, không phải mình. Đại Thừa pháp hướng hành giả chuyển *thức* thành *trí* và đó xem như tánh biết sáng suốt vĩnh hằng từ vô thỉ. Hành giả trực nhận tánh giác viên minh này, dẫu chưa thuần thục họ cũng bắt đầu nhận diện bản chất thật của vọng. Vọng nào cũng như một tờ giấy, lúc ngọn lửa vừa chạm chính là tro tàn; cũng như một đứa trẻ sinh ra, là nó *đang chết*. Ngay khi vọng khởi là khởi kết của chính nó. Khoa học lượng tử cho thấy những hạt trung tử phiêu du tự tại trong khối sắt đặc. Phật thì thấy hạt *thủy trần* rong chơi trong nước. Cũng như một nét vẽ nếu phóng lên thì đó chỉ là những vệt đứt đoạn. Hay đó là *24h/s* đã lừa mắt chúng ta sự chuyển động, như chính "hình nộm" là con người tôi làm rối giữa hư không. Lý này thực tế kẻ sơ cơ tôi chỉ tham khảo cho vui. Nhận pháp đòi hỏi là người đã trải qua những giai tầng công phu giới định nhuần nhị và đang phát tuệ quán chiếu.

Từ giới lên định hành giả phải đắc công phu cung kính. Cung kính là phẩm trợ đạo tối ưu để đạt định, vốn là kinh nghiệm của các vị đại đức. Họ luôn nhắc chúng ta phải tu bằng được tâm cung kính. Thiếu cung kính, dẫu "đắc giới" cũng không thể có định lực sâu để phát tuệ. Tâm thành kính chính là bản chất của chân tâm. Nói bao giờ cũng dễ vạn lần trên thực tế. Bạn tu bảo đắc giới định rồi, hành giả cầm được tấm gương soi mặt vọng tưởng rồi vẫn bị vọng lung lay. Cứ như một người mới tập quay camera, chưa vững nên hình ảnh thâu vào bị rung. Thực tế do ta *nhận* song chưa thực *sống* với *cái tự biết*. Ta thấy màn hình camera không ô nhiễm bởi mọi hình ảnh sạch nhơ tĩnh động, ta ngài ngại không nhận nó là mình; vẫn tập khí thế gian nhận vọng tưởng là mình thấy dễ sống hơn. Lý thượng thừa khuyên, cơ bản chỉ cần biết; *biết* nhìn mọi vọng động sinh khởi không mảy may phân biệt, chúng sẽ tự tan. Tan rồi, dẫu những vọng tưởng cũ trở lại thì cũng là việc nó soi vào chiếc-gương-biết mà thôi. Hành giả cần một niềm tin xác quyết, không chao động, rằng không một niệm nào khác niệm nào bởi chúng đều giống nhau ở ngay sinh là tự diệt. Niệm thứ nhất sanh nó đã tự diệt, nó tái hiện lần thứ hai thứ ba lần thứ vân vân là do ta tự đùa rỡn với niềm vui ảo để rồi nhận quả thật khổ đau. Thế nên việc chuyên trì một câu kinh và lấy đó làm thực tại duy nhất, lấy đó như tia la-ze đột phá vào tánh giác mà bạn tôi thực hành, là pháp vi diệu. Niềm tin này phải càng được đặt trên sự dũng mãnh tháo gỡ lầm mê mà ở đấy hành giả tưởng có thể xé toang mình để ánh quang minh rọi vào. Đương nhiên, trên đây chưa hẳn là cái nhìn *đúng* về vọng tưởng, mà là cái nhìn *chân thật* từ bạn đồng tu đang trú trong một tầng tâm thức nhất định.

Bạn tu tôi, hễ bất giác tức bất cứ vọng nào khởi lên đều lấy đó như sự nhắc trở ngay lại đề khởi câu kinh duy nhất cũng là thực tại duy nhất. Tập dần thành nếp, mọi giới đều chuyển vào tâm ý. Cái tự biết *biết* ý khởi sinh và cái tự biết cũng tự nhắc đừng theo ý bởi nó đơn giản là vọng. Nếu ta để ý đến nó, nó càng làm dáng, càng trở nên hấp dẫn và ta bị hút theo rồi bị lôi vào những thiên đường mù mịt. Thật ra giữ giới nhuyễn hơn sẽ nhận ra cái gương sát suốt của tánh giác. Bạn tôi nói lúc này tựa như mặt ao trong, vọng niệm như những sinh vật chỉ búng mình lên rồi lặn, không diễu hành để rồi kéo tâm đi mãi. Có lần đang ngồi quán phê chợt thấy chị công nhân vệ sinh đường phố ngang qua, tức thì tâm ý hiện bài thơ về "chị lao công đêm đông quét rác"; tôi trố mắt nhìn ngược vào. Bài thơ này học hồi nhỏ, từ đó đến nay vài chục năm chưa một lần gợi lại, xem như mất hẳn, đột nhiên phóng hiện chớp nhoáng, nó lưu ở đâu trong tôi và sao lại nhanh đến vậy. Quan trọng hơn, nó vừa phóng hiện "tôi" đã biết; thực tế là *cái tự biết* biết. Vọng mới hiện cái tự biết *biết* liền. Không phải một vọng mà thậm chí nhiều vọng và bất cứ lúc nào, chúng hiện đều bị cái tự biết phát giác ngay, và nó sẽ mất năng lượng nếu ta không còn theo. Tại sao không theo, như với bạn tu lý giải, bởi mình đang chuyên niệm một câu kinh, nhờ năng lực "lau chùi" của câu kinh duy nhất luôn trì niệm. Việc Phật giao cho mình là chuyên niệm một câu kinh, mình thật thà chăm chỉ niệm mọi lúc mọi nơi. Mình không có việc gì khác ngoài chuyên niệm và thầm niệm một câu kinh. Câu kinh thầm niệm nhanh thì như gió song vẫn hiện từng chữ như trên màn hình siêu nét. Niệm chậm thì từng âm nổi như tiếng chuông và "tánh nghe" nghe trọn vẹn [từng chữ] rõ đến mảy lông tơ. Trừ những lúc buộc trí não phải hoạt dụng lo việc đời, còn lại mình chuyên niệm câu kinh đó. Chuyên niệm thì không còn thời gian đón tiếp vọng niệm dẫu niệm thiện ác hay vui buồn đến chơi. Việc vọng đến, mình không tiếp mà chúng vẫn muốn ngồi đó xem mình niệm một câu kinh thì cứ việc. Mà chắc xem một chặp vọng sẽ chán cái việc tâm mình chuyên vào một câu kinh; còn mình thì không chán, ngược lại càng niệm càng an lạc, càng ngọt. Đó là cách nhạt dần thọ lạc do sáu căn mang lại; trong lúc nhĩ căn (nhờ chuyên *nghe* một câu kinh) trở thành con đường dẫn khởi vào chân tâm. Cách tu này dường như đi thẳng tìm bản tánh, trực tiếp nhanh gọn hơn cách tu từ việc điều phục sáu căn để có định; có định dễ chấp vào định bởi đó là một tầng tâm linh vi diệu nằm trong thọ ấm, nên *tuệ giải thoát* bị chướng ngại. Tuệ mới khiến ta giải thoát! Vạn pháp duy tâm. Tâm như ti vi, nếu ta chỉ thuần chiếu một kênh duy nhất, cảnh giới sẽ không bị nhiễu và đó là cách mà bạn tu chuyên một hướng niệm một câu kinh theo lý "vạn pháp duy tâm". Tâm chuyên nhất về "nghiệp Phật" ắt hiện cảnh giới Phật. Niệm cho đến một ngày tâm không còn nhu cầu suy nghĩ kể cả trong giấc ngủ và cơn mộng, đó là hướng đúng của giải thoát một khi hành giả không còn sử dụng *thức*.

Tôi chợt nghĩ, vọng hiện đã bị cái tự biết phát hiện; nhưng vọng nương vào đâu mà khởi. Vọng ấy nhờ vào đâu mà hiện hình? Tôi tưởng đến một hồ nước trong, dẫu chỉ trong bề trên, và lâu lâu trên mặt nước ấy có con cá con tôm búng lên, chúng vừa hiện là họ thấy liền. Vậy tâm ta cũng như mặt hồ. Nước có trong mới thấy vọng xuất hiện. Càng trong vọng vừa móng khởi cái tự biết đã thấy, "tôi" cứ đứng đó chiêm ngưỡng, chẳng phải lo bận. Như vậy vọng được hiện trên một tấm gương, có lẽ đây là chân tâm chúng ta cần giữ lấy. Mà để giữ, phải quay lại từ giới. Bởi đơn giản trong bổn tánh không hề có niệm ác, không hề có một niệm *tự lợi* (mà chỉ thuần lợi tha) nên phải thọ giới để có cái tương ưng, rồi sau phá đi cái "ta" đang sở hữu cái thiện tương ưng ấy… Có giới sẽ khiến mặt nước trong dần từ phía trên xuống đáy theo mức độ công phu. Nước trong xem như định. Có định sẽ tự thấy biết vọng niệm khởi (tự sinh tự diệt). Nhờ định liền sanh tuệ, dẫu là tuệ cạn cợt và còn vẩn đục. Tuệ sẽ dần nhận ra mình có chân tâm [như gương] (để thấy biết vọng mà không hề nhăn nhó, vì gương mà nhăn gương sẽ vỡ).

Tôi không dành được nhiều thời gian cho sự tĩnh giác, bởi tôi vẫn sợ sự tĩnh giác như sợ phải buông một thứ gì đó *tưởng là* quý giá trên trần. Ngẫm lại mình luôn thấy ngượng ngùng khi soi gương. Trong mỗi ta đều có *cái tự biết*, như gương. Như cách *hành* của bạn tu "của tôi", chuyên trì niệm một câu kinh và lấy đó làm thực tại duy nhất. Câu kinh duy nhất ấy như một siêu nhiên *tự* lau gương mà không mảy may cần để ý đến vọng-trần, khiến gương ngày một sáng, nên vọng hiện ngày càng rõ. Ban đầu vọng hiện trong gương là cành lá, dần dà hiện thân rồi đến gốc, rồi hiện đến rễ; và một khi vọng hiện đến gốc rễ, vọng ấy mất chỗ nương bám do đó nó *tự* "chết"/ chuyển hóa.

Vẫn còn một sự thật khá nghiệt ngã, là một khi vọng niệm khởi lên mà ta thấy đó chính là vọng niệm, thì bạn và tôi chớ ảo vọng tự huyễn là hư giả, mà cùng quay về tu lại từ nền tảng của mười giới thiện, kết hợp lễ lạy tụng niệm, tu lại từ chỉ (rồi mới đến quán); chúng ta cần tu từ căn nền cung kính. Tâm lý những hành giả sớm tiếp nhập

Bát Nhã dễ bỏ qua căn nền, khiến sự xây nhà trở nên ảo tưởng. Cái sự ảo tưởng ở đây không có gì xấu, mà nó mang hàm nghĩa chớ mộng đời này vượt luân hồi, và đương nhiên những gì chúng ta có về Phật pháp kiếp này sẽ xếp vào kho đợi một kiếp nào đó thuận duyên hơn, biết thành kính hơn trước hết là biết những chủng tử quý báu vô ngần trong ta không dễ bật mầm thành cổ thụ. Bởi tôi và bạn chưa thâm tín nhân quả nên mới phẩy qua sự cung kính. Hễ chúng ta chưa cung kính từ những chuyện tưởng nhỏ như trang nghiêm trước tượng Phật, chánh điện, trước kinh luận, trước mọi loài và trước cả những vị sư "hiện tướng" phá giới, không chừng sẽ trôi theo dòng ảo tưởng vượt biển phiền não nghiệp chướng. Cung kính Pháp nghĩa là ta cung kính giới luật, hòa mình vào giới luật. Sống cùng giới luật và cảm nhận giới luật như một vị cứu tinh cho huệ mạng sẽ khiến tâm dần thanh tịnh; thanh tịnh tâm là bước khởi đầu của định; có chút định sẽ khiến sự lôi dẫn của tham sân nhẹ bớt, hành giả sẽ hưởng được chút pháp vị trong cõi ô trược và điều này khiến sự linh cảm về giải thoát luân hồi thật hơn, nghĩa là chúng ta đang vượt lên cả niềm tin như một mặc định của chất liệu thứ tôn giáo bình phàm. Chưa đắc tâm thành kính, dẫu Phật cho phép ta vào nhà thì đến oan gia ma quỷ cũng ngăn chúng ta lại; bởi sao? Hàng sơ học vì phớt lờ thành kính mới chiêu cảm tâm ma. Chưa đắc tâm thành kính, chúng ta chẳng những chưa cảm được Phật lực để ngoặt qua giai đoạn thật sự công phu *hành để chứng*, mà có một hiển nhiên là chúng ta sợ ma, mà trước hết là tử ma, tức sợ cái chết, trái nghịch với nguyện buông xả thân tâm vượt thoát luân hồi bất cứ lúc nào. Sợ ma ngoài phước mỏng, điều trọng yếu vẫn là ta thiếu tâm cung kính ma. Một người biết tu không thể không cung kính ma cũng như hết thảy chúng sanh trong lục đạo. Chúng ta đi vào bóng tối bằng tâm cung kính *họ*, thậm chí còn nên chắp tay và tác ý lỗi phép bởi cái sự đường đột không nhìn thấy *họ*. Rồi trở về với sự tĩnh giác, ta niệm kinh trì chú không phải để có lực tẩy trừ *họ* mà chia sẻ công đức với ma, hồi hướng đến những chúng sanh không may mắn như ta. Cũng xin mở ngoặc, rằng ma trước hết là do chính *vọng tâm* ta vẽ nên. Niềm tin không dựa trên nền tảng cung kính, phần nhiều rơi vào Tà kiến. Nhận lý thậm thâm sớm lúc chưa đủ nội lực từ giới và định dễ khiến hành giả nhanh thoái đọa. Bậc đại sư từng tâm huyết nhắc nhở: Trì giới không đạt tâm thanh tịnh, đúng hơn là không đắc định (do chấp giới khi thấy còn có người phá giới), thì sự tu đó dừng lại ở phước hữu lậu. Tu định dẫu bắt chân ngồi nhập thiền hàng tháng trời mà không khai tuệ (do chấp định khi không nếm được vị *thường tại định* mọi lúc mọi nơi), không nhìn ra sự tướng hay cao hơn là chưa giải ngộ tánh giác vốn sẵn chớ cầu tìm xa xôi, định này cũng là phước đức, không phá nổi luân hồi. Chưa lấy nền tảng của giới và cung kính làm nền, việc tùy tiện chạm tay vào *mật pháp* là phạm điều răn của Phật và chư Tổ.

Chưa đắc giới định sẽ rất khó phá cửa ải Dục. Trong lúc phần lớn hành giả tu theo Đại thừa bỏ qua tu Tứ niệm xứ, mà tiêu biểu như quán Vô thường Bất tịnh vốn là phương thuốc đặc trị nhạt phai nghiệp Ái, nhìn xuyên thấu nghiệp Ái - vốn là mắt xích sanh tử trọng yếu. Dục lạc thế gian rốt cùng cũng chỉ là những cảm giác, là thông tin phát lên não chứ thực tế đều vọng. Thế nên việc chiến đấu tiêu diệt cái hư giả cũng chẳng khác Đôn Kihôtê chiến đấu với cối xay gió. Đơn cử hành giả dụng một câu kinh quần nhau với vọng tưởng, ban đầu khiến cho câu kinh không ngừng lớn mạnh áp chế vọng niệm. Đây tuồng như một cuộc chiến khốc liệt giữa thiện và bất thiện. Sau đó hành giả sẽ được Thầy hướng dẫn để nhìn nhận lại vọng tưởng thông qua cái biết *như thật* về Ngũ uẩn, để hướng tới pháp bình đẳng về tự ly và vô tự thể. Bây giờ câu kinh là sự thay thế dòng chảy của tâm thức một cách *tự nhiên nhi nhiên* và ở mức độ nào đó có thể hiểu là tự động lập trình lại Tưởng và Hành ấm. Tâm phóng dật, đồng nhất nó với "ta", là "của ta" (là lầm lẫn thứ nhất); ta quá hối lỗi để rồi ảo tưởng đuổi theo chụp bắt vọng lại sám hối *đến mức ám ảnh* (là lầm lẫn thứ hai). Định lực có được sẽ phát tuệ để hành giả không còn nhận giặc làm mình, vọng sẽ yếu rồi dần tan như một đám mây dẫu hiện sắc tướng gì chăng nữa.

Một vị thiện tri thức dạy, tâm đã lìa *sở* song vẫn còn hoạt dụng của *năng*. Năng tạm ví như ngòi bút, vẫn còn "năng viết" gần như là tập khí; còn sở là nội dung được [năng] viết ra. Chấp vào nội dung, dẫu là vô nghĩa lý liền chìm lún; chấp càng nặng thì tầng tâm linh tương ứng với cảnh giới trong lục đạo càng thấp. Những hành giả nhận ra sở vốn là hoạt dụng của năng như một đứa trẻ cầm bút viết lên giấy, nên thật sự cẩn trọng dú mình trong giới định để hướng thượng. Nhận ra bản chất hư huyễn của sở là nhận ra bản chất của vọng, không còn chấp trước vọng tưởng thì vọng sẽ mất chỗ trụ; rớt vào cái không do đó sự có mặt của nó không chướng ngại chân tâm.

Diệu lý không được biến thành cuộc sống, nó sống sượng và vẫn nằm lại ở tri thức trong lớp vỏ hào nhoáng của ngã chấp. Từ định lên tuệ cần phải qua tầng phát tâm bồ đề vì lợi lạc mọi chúng sanh để cái ta dần phai giữa trần ai. Hành giả phải trần trụi trước chư Phật-Bồ tát và các vị đạo sư. Chúng ta hoàn toàn không có bất cứ âm mưu sở đắc nào. Một người ham tài vật, giàu sụ vẫn ham, tóc bạc và bệnh gõ cửa vẫn ham; ta biết họ mê song không nhận thấy ta cũng ham những chân lý màu diệu vừa học được. Hễ sở đắc là có mặt của tự ngã. Cái *biết* là tự nhiên bổn lai không dựa vào tri thức, còn chúng ta biết nhờ học rồi chấp vào đó chính là có *sở* ắt *đắc*. Một người con Phật cần vắng bặt mọi âm mưu liên quan đến sự níu giữ nghiệp tập, níu giữ lạc thọ nằm trong sự mê hoặc của dục. Chúng ta hoàn toàn phơi mình ra như thiên nhiên dự phần cái vốn sẵn trong trời đất; hay đơn giản là sự trở về với cỏ cây hoa lá hòa vào không gian Chân Tánh nhờ thông dự vũ hội của nghệ thuật Buông.

Chương 3

Thì là mộng phủ quanh đây
Thì là tỉnh giấc đã lầy chiêm bao

Ảo giác phủ trùm thân tâm chúng ta tạo nên vô số khuôn thước và ta lấy đó đo lường áp chế vạn pháp. Ngay sự thấy, con mắt chúng ta không bao giờ thấy đến sự thật mà chỉ thấy cái bóng dã bị bóp méo theo nghiệp thức của riêng mình và riêng từng loài.

Hẳn nhiên không chúng sanh nào trong sát na có thể ra khỏi thực tại, cũng như không thể ra khỏi chân tâm, nhưng bởi tôi và bạn mê nên càng tìm cầu càng xa rời chính nó.

Tôi và bạn luôn bị ảo giác lôi dẫn, thứ ảo giác được bao bọc bởi thọ, tưởng và hành ấm lúc nào cũng dấy lên những ngọt ngào man trá. Nội trong sự ăn uống tôi đã bị ảo giác đánh lừa, nói gì đến thế giới siêu hình nhìn không méo mó cho được. Chạy theo sự ăn, suốt đời vẫn đau khổ, trong lúc họ còn trách ngược các vị chân tu ăn rau chấm tương, là khổ hạnh. Không hiểu mỗi lần ta cố nấu một món ngon, sẽ chấp ngay vào định mức đó, nên lúc ăn món ấy nếu không đúng như định mức ảo giác lưu, nó không chịu, sanh phiền não. Hồi xưa những vị đầu bếp hàng đầu thế giới, họ cũng từng ăn những món đơn giản nhất, và họ thấy tuyệt vời làm sao. Các vị chân tu do hiểu được các pháp hư vọng, do vọng tâm bóp méo nên họ tập dần xóa chấp nên tấc lưỡi không bị ảo giác dẫn dụ, luôn hồn nhiên nguyên sơ nhờ đó cảm nhận được sự ngon ngay ở rau luộc và cơm nguội. Còn chúng ta chế biến những món của vua, vẫn không thỏa mãn, bởi ảo giác đã chồng lên, từ nêm mì tinh đến các loại siêu bột ngọt, và cuộc truy đuổi này khôn cùng. Nhớ có lần cùng bạn tu ăn chè, tôi ăn và nhìn tấm biển để chọn ly chè tiếp theo; chọn rồi đầu cứ nghĩ đến hương vị và ly chè sắp ăn, nghĩa là tôi hoàn toàn không trở về được thực tại với ly chè đang nhai nuốt. Bỗng nghĩ những cảm xúc do thân mang lại cũng ảo. Tôi lưu những cảm giác về món dục nào đó, định danh nó từng cấp bậc, lúc thọ nhận là tiến trình thọ tưởng và hành ấm lật đở lại thông tin cũ, yêu cầu tôi đang dụng món dục đó phải đạt tiến trình từng nấc theo như đã định, không đạt ắt buồn giận, còn cái thực tôi đang thọ dụng gần như vô vị. Bản chất của dục lạc là không đáy, nó khiến con người không ngừng đào bới, và càng đào bới càng bất lực, càng chồng lên những ảo tưởng và đó chính là gốc khổ. Bởi họ không ngờ giặc vốn ở ngay bên sườn. Tại sao cuộc đời của chúng ta rất dễ bị đánh gục. Bởi không ngờ những thứ tài danh sắc thực thùy, những loại giặc này nó ở ngay trong từng ý niệm, trước mắt mình và chúng ta vỗ béo hàng ngày, lấy làm rường cột cho đời nên bị nó đánh gục quá dễ dàng. Mà những thứ đó đều hư vọng bên cạnh cái chân tâm tròn sáng chiếu son mà ta đã phủ phàng. Ảo giác bao phủ thân tâm. Ngay sự thấy, con mắt chúng ta không bao giờ thấy đến sự thật, mà chỉ thấy cái bóng đã bị bóp méo theo nghiệp thức của riêng mình và riêng từng loài. Một vạn người cùng gật đầu khen đường ngọt, đều là sự ngọt vạn lần sai khác nhau. Một vạn người ngắm tượng Phật đều là cái nhìn khác biệt của nghiệp lành trong tàng thức hoạt dụng, chỉ là không ai nhảy được vào mắt ai và biết được tâm của nhau để kiểm chứng đó thôi. Ảo giác trùm lấy tâm chúng ta tạo nên vô số khuôn thước ảo và ta lấy đó đo lường vạn pháp, để áp chế vạn pháp vừa theo. Cũng để thấy với cơ thể, cái gọi nhạy cảm nó là một sự lưu giữ cảm xúc thông qua các ấm ma. Nó lôi dẫn chúng ta bằng những ý niệm mới thông qua mắt tai mũi… mà mắt tai mũi vốn… vô tri, chỉ có cái ý/thức làm căn nguyên tạo nên một thực thể vô hình gọi là tâm luân hồi. Lại nghĩ tại sao tôi buồn khổ tham sân. Chỉ bởi tôi (tham) muốn sở đắc một điều gì đó, trong lúc Bát nhã dạy vạn pháp vốn "vô sở đắc". Bát nhã *vô tri*, tôi lại muốn *có tri*, nghĩ cái tri thâu góp mọi chân lý cao siêu sẽ giải quyết khổ não; mà đó là con đường để trở thành rô bốt thông minh, chặn sự liên thông giữa mình với vũ trụ, chặn cửa ngộ để có thể hòa vào tánh không. Bát nhã *vô đắc*, tôi lại muốn *sở đắc* một cái gì trong tiến trình tu như là sự đánh dấu (kiểu như những dòng chữ viết đây); mà ấy là những dấu vết không dễ xóa để ma tâm biết rồi lần theo. Đến như tôi muốn giải một câu kinh cho ai đó nghe để họ có thể hiểu và hành, ý nghĩ ban đầu đã muốn sở đắc rằng người ta sẽ vui, sẽ cảm ơn tôi vân vân, chính cái ngã tạo nên thứ muốn đắc; nên khi không đạt nó sanh buồn khổ. Ân sư tôi dạy: quý vị không *được*, lấy gì gọi là *mất*. Tôi và bạn không cầu vui ở bất cứ thứ gì, giữ cái bình lặng tâm tánh, lấy gì sanh ra cái gọi buồn khổ. Có lần chấp trước một chuyện nhỏ, thấy bực, chợt nghĩ sao mình không vui nhỉ. Bỗng nhận, sao lại cần vui, thế là tôi học bạn tu chuyên niệm một câu kinh nghe rõ từng chữ, kết từng chuỗi; và chợt thấy, thế này tuyệt rồi, cầu gì cái *tà* vui để bỏ quên *chánh* lạc. Bạn tu ngồi giữa chợ huyện náo cũng chỉ thấy duy nhất âm thanh vi diệu được tự tâm nghe lấy là câu kinh luôn đang tinh ròng chuyên niệm. Chính cái muốn đắc vui mới sanh ra buồn, chứ nào có cái buồn trên đời. Cái gì cũng chấp được. Học đã hiểu vạn pháp vốn chân tâm hiện, tôi lại chấp để làm méo đi thực tại, khiến tâm dậy sóng. Ân sư dạy, ngay đến bản thân của sóng cũng là chân. Chợt nghĩ trong một trăm ngọn sóng tiếp nối xô đẩy nhau tạo nên sân hận si mê, nếu lấy ra một ngọn sóng, ngọn sóng ấy chẳng phải như như sao. Bạn tôi bảo quán sát sẽ thấy sự chấp trước cũng như vọng niệm, lúc ta thấy biết nó khởi sinh tức là bắt đầu của sự đang hoại diệt. Xét ở đời người, tiến trình *đang sống* và *đang chết* là một. Chúng ta thấy sự chấp là dại khờ, ô nhiễm, nên tự lập ý niệm buông ra. Tôi thường pha một nhúm trà, có lần bạn tu pha quá đậm, uống ngụm đầu tôi liền nhăn mặt, sắp lên tiếng chợt thấy mình đã *si* nên thôi, khuôn mặt dãn trở lại (nghĩa là tôi không thấy được mặt nhăn tự bao giờ vì quá nhanh).

Từ giải đến hành cho ra môn khoai là một

quá trình khổ lụy, song tôi càng ngẫm càng thấy… vui. Từ *chứng* ở đây là chứng trong từng hành động nhỏ nhặt, chẳng như trước đây đột nhiên bị chửi, thấy tức, nay liền cảnh tỉnh, tác ý cảm ơn người chửi và thầm bảo, đợi đó ít ngày tôi tu gắt lên; sau một thời gian bị chửi thấy bình lặng hơn, vậy xem như *chứng* cái hành động nhỏ nhoi ấy; xem mình đã biết *bố thí* cho người một niệm thiện. Quy cho cùng cũng do ngã ảo. Tôi tên Sĩ (chẳng hạn), lúc qua nước ngoài hàng xóm gặp chào, rồi nói chuyện; chuyện trò mấy dạo thấy họ cứ *I and You* hơi khiếm nhã nên hỏi tên xưng cho tiện. Bởi người tây khó phát âm nên lưu tên tôi là Si; lúc nào gặp họ cũng gọi Si Si. Để thấy cái tên là giả danh, nghĩa nó chỉ đúng với một vài đối tượng chứ thực tế cái tên ấy hoàn toàn không là định nghĩa tổng quát cho cuộc đời tôi. Một nhà văn nếu có hai bút danh, tên nào được nhiều người biết đến họ sẽ thích gọi nó; rồi thậm chí phủ nhận luôn cả tên khai sinh. Và vô vàn cái tên trên trần thế cũng là giả danh (như cái tên cây Thì Là trong cổ tích), thế mà lúc kêu cái tên mình với ý xấu, tôi lại nổi sân. Quả là chấp trước quá sâu nặng. Bởi tôi luôn nhìn đời bằng cặp kính màu của khuôn nghiệp. Tôi không tháo được khuôn nghiệp nên vạn sự vạn vật tiếp nhận qua sáu căn đưa vào phải vừa với những khuôn nghiệp riêng tôi. Chấp cái nhỏ bỏ mất cái mênh mang vô xứ. Một người tham lam ngay trước mắt, nó không vừa khuôn nghiệp có vẻ "thiện" của tôi bèn khởi phiền não; mà tôi nào chấp nhận họ đang diễn đúng với cái nghiệp đa mang từ kiếp trước hoặc do huân tập trong kiếp này chưa có cơ hội ra khỏi. Và thực ra cô A anh B ấy cũng chỉ là giả danh. Chẳng có ai ở đó ngoài tứ đại giả hợp cộng với năm uẩn đều không. Đó chỉ là bộ máy tâm/nghiệp thức có tên gọi tạm Tham Sân Si Mạn Nghi. Bộ máy ấy được lập trình từ muôn kiếp, khởi tác dụng chính là gặp lại duyên như xăng gặp lửa đốt đi phước báu thọ mạng. Tôi thấm thía câu chuyện một chú tiểu từ nhỏ ở rừng, chưa bao giờ gặp phụ nữ, chưa hề biết đến khái niệm giống cái, song lần đầu xuống phố gặp cô gái liền thích. Sự thích này chính là do nhân đã sẵn trong tàng thức từ nhiều kiếp, bây giờ gặp duyên lập tức giống đực trỗi dậy. Nó muốn - là Tham; muốn mà không được sẽ Sân; bởi cái tâm Si. Si bởi tự dựng lập ngôi nhà ngã chấp với rường cột ngũ ấm. Càng nghĩ lại càng… buồn. Cái ngã bởi tham từ vô thỉ nên nó luôn đòi hỏi sở đắc. Tôi có tật dậy muộn, rất tán thán bạn đồng tu thường dậy tầm ba bốn giờ trì niệm một câu kinh mà họ chẳng lấy đó làm tự hào. Chợt nghĩ, ừ, cả ngày bạn không ngủ, lúc đêm xuống ngủ là do nghiệp si kéo chìm, vậy lúc dậy được (sớm) có gì lấy làm tự hào. Nhớ một vị cao tăng mấy tháng cuối đời đạt công phu không hề có nhu cầu ngủ. Vốn dĩ là không ngủ, nay đeo nghiệp thùy miên, lúc gỡ ra một ít, rồi nếu gỡ hết là trở về cái không ngủ bổn nhiên tâm tánh, sao lấy đó làm sở đắc. Cho đến mọi sở đắc cũng là ảo ngã. Bởi chân tâm vốn định, vốn đầy đủ đức tướng và trí huệ; ai *trở về* được như người con lạc mất quê hương bản quán, sự trở về là bình thường và không có cái gì gọi *đắc* cả. Bạn tu nói giả như một người giữ giới nhờ đó *nhạt* nghiệp dục, vừa thấy mình từ vũng bùn nhơ nhớp được lôi lên tắm rửa sạch sẽ, vị thầy hẳn sẽ còn măng, bây giờ ngươi mới trở về đến đấy à. Còn nếu trò sanh tâm tự mãn, thầy thà nhúng trò trở lại đầm lầy kia còn hơn tìm thêm một loại thuốc chữa cái bệnh hiểm đó. Bạn tu mách tôi, một vị thầy siêu xuất luôn hướng để học trò đạt những tầng tâm linh mới, nhưng vừa đạt thầy liền nhảy vô dẫm nát; còn nếu bạn giữ được bất cứ cái gì bạn đắc (đơn cử như cận định), thì thầy sẽ bái bạn làm thầy! Bạn giữ được chỉ là ảo, bởi một là tiến, hai là lùi, tiến hay lùi đương nhiên không ở nguyên một chỗ. Bát nhã là buông xuống sạch sẽ những cái có, để đi đến một Tuệ giác chiếu soi như như. Trừ Thánh nhân tu (Thánh cùng giới định tuệ là một), còn phàm nhân tu thì tu kiểu gì cũng không thể trượt ra ngoài Giới Định Tuệ. Giữ giới có nền rồi rất dễ sanh kiêu. Giữ giới mà chấp giới sẽ khó định tâm và dĩ nhiên chẳng phát tuệ. Nói thì dễ, hành thật khó. Khó ở chỗ trong mọi ý nghĩ, hành vi hiện nơi sáu căn đều phải hướng theo cái nhìn của đức Phật, hoàn toàn không chấp tướng. Tánh có trong tướng; chấp tướng không thể lộ tánh. Vạn pháp bình đẳng tuyệt đối. Bạn tu luôn nhắc tôi phải tôn trọng sự tồn tại của vạn pháp như chính mỗi chúng là sự hiện diện của *tướng Phật* bởi *thể Tánh* vốn đồng. Chấp bất cứ cảnh trần hay pháp trần đều là sự bóp méo chân tâm của chính mình. Chúng ta phải biết mỗi mỗi pháp đều không một sát na ra khỏi "màn hình tự tánh Phật". Quán chiếu điều này đặc biệt quan trọng (và cả nghiêm trọng), để chúng ta tập phá tất thảy mọi bí mật riêng tư, bởi ngay cả mẫu ý niệm khởi sinh đều nằm trong sự thấy biết tự nhiên hơn cả chiếc kính lúp khổng lồ, như chúng ta trong 24 giờ làm việc dưới sự quan sát của camera ông chủ, hơn thế còn là sự quan sát cả về mọi ý niệm. Từ lúc hiểu điều này bạn tu tôi đã biết chuyên niệm một câu kinh. Toàn bộ ý niệm thân tâm đều chuyển qua một câu kinh. Câu kinh là vận mạng của họ do vậy xem như cuộc chuyển giao thân tâm cho Phật, để Phật "chiếm đóng" lâu đài ngã chấp của mình giúp nẩy mầm định tuệ. Bạn tu nửa đùa nửa thật, rằng tương lai khoa học sẽ chế ra máy soi mọi ý niệm khởi trong tâm con người; thế nên mình cũng không lấy làm xấu hổ vì cơ bản trong tâm mình chỉ khởi mỗi câu kinh đó thôi. Ân sư tôi dạy vạn pháp đều là *biểu pháp*, đều là phương tiện giáo hóa của Phật dành cho từng căn cơ khác biệt. Tôi là phương tiện của Phật độ bạn, bạn là phương tiện của Phật độ tôi, và tất cả mọi chúng sanh đều tương tác với nhau. Người chưa đắc quả mà độ được ai đắc quả, cũng nên hiểu mình chỉ là "con cờ" ân hưởng hồng đức của Phật-Bồ tát với vị trí trung gian mà không biết đó thôi. Trộm nghĩ đến như chó mèo và vật vô tình cũng không ngoại lệ trong thời khắc nào đó trở thành phương tiện giáo hóa của Phật. Có đêm nằm ngủ, tôi mơ thấy mình sắp chìm vào si muội, nguy hiểm, bỗng nghe tiếng *meo* liền tỉnh rụi thoát được. Thấy con mèo dưới nền đang nhìn tôi. Kỳ lạ. Tận dụng hết mọi sự để tu, sẽ thấy chẳng hạn vừa đổ mồ hôi làm xong một món ăn, dọn lên, bỗng con chó nhân lúc ta rửa tay thò mõm vô ngoẻn một miếng. Ta có nổi sân đánh chó? Ngại là ta sẽ đưa đủ lý do biện bạch để thoái thác sự thật về nhân quả cái ta phải mất và cái đối phương được hưởng theo quy trình của nghiệp. Tất thảy những vụn vặt cũng đủ làm cái bẫy lớn khiến ta dấy khởi nghiệp luân hồi. Mọi sự diễu hành qua sáu căn đều là cơ hội để ta xem thức có biến đi chăng, tâm có khởi chấp chăng. Nếu ta nghĩ con chó cũng tìm ra cơ hội thử tâm ta, ắt liền mỉm cười, trông rất biếm họa! Để thấy giữ tâm ở những chuyện nhỏ nhặt đã cực khó. Nhưng nhỏ và lớn không hai. Tập chừng lặng thân tâm ở những việc nhỏ, lúc đụng sự lớn tâm ắt tự phát sinh trí tuệ chiếu soi. Ta hay có *tham* vọng làm chuyện lớn, cái vĩ đại nên bỏ qua chuyện vặt là nhiên liệu luôn có sẵn để tu. Cung kính đến những điều tầm thường. Tâm cung kính rất khó tu cho thành. Rất khó đắc tâm cung kính Phật, bởi cội gốc nằm ở chúng ta xem thường chúng sanh (trong đó có ta, loài vật và ma quỷ). Chúng ta không học hạnh thương xót chúng sanh của Phật kể cả chúng sanh báng Phật. Chúng sanh hiện trong đại viên kính trí của Phật trong suốt đến từng sợi ý niệm vi tế, Ngài yêu thương muôn loài trong lúc chúng ta thì phân biệt chọn lựa để yêu thương!; nên có "đắc" tâm này cũng là đắc "phiền não thương xót", "kiêu mạn thương xót".

Bạn tu có học vật lý lượng tử, biết được mọi sự vật trần gian chỉ là hiện tượng dao động quá nhanh khiến mắt bị lừa. Thầy tôi nhắc đến khoa học gia thấu thời gian và không gian đều giả, vật chất vốn duyên hợp của nguyên tử; sao Phật tử còn *chấp* cuộc đời này thật. Vẫn thấy thật thì thầy trò mình ở mãi trong "cái thật" đó, sao vượt ngoài tam giới. Từ trong kinh Nguyên Thủy, Đức Phật đã dạy chúng sanh "phàm điều gì được thấy, được nghe, được cảm giác, được thức tri, được đạt đến, được tầm cầu đến, được ý suy tư, thiền tư không y chỉ vào cái ấy". Cảnh bên trong [tâm] và bên ngoài đều huyễn như nhau, nên đời sống chúng ta dựng lập trên *huyễn giác*. Tuyệt không thể y vào huyễn tướng của sự vật được. Ba ngàn năm trước Phật đã thấy "phàm sở hữu tướng giai thị hư vọng", và Ngài nhất nhất khuyên học trò "quăng bỏ cả quá khứ, hiện tại, vị lai"; để luôn "sống chánh niệm và tỉnh thức trong từng phút giây". Đó chính là sống với thực tại. Đây là cái *thực tại* chúng ta cần nương vào để chiêm cảm về hơi ấm của bổn giác, chứ thực tế không một chúng sanh nào trong sát na có thể ra khỏi thực tại, cũng như không thể ra khỏi chân tâm, nhưng bởi tôi và bạn đều mê nên càng tìm cầu càng xa rời chính nó.

Sáu căn luôn mang lại cho chúng ta phiền não, song cũng từ sáu căn vẫn có đường ly dần phiền não nhờ cái-tự-biết/giác trong từng khoảnh khắc. Cơ duyên có bạn đồng tu nhận ra chút hình hài của tánh giác và tập sống với nó, qua cái nhìn thô thiển của mình tôi chợt hiểu, sáu căn vốn vô tội. Ân sư chỉ cho bạn tu tôi dùng *tánh nghe* để đột phá tâm ý thức xuyên thẳng vào bổn tâm. Nhĩ căn nhạy bén nhất trong sáu căn, nên bạn tu dùng *căn tánh* này chuyên trì niệm một câu kinh thay vì *thả lỏng* nghe hết thảy các âm thanh "nổi" hiển hiện quanh ta. Bất cứ ai nếu bịt tai vẫn có thể nghe được câu kinh niệm thầm trong tâm, đó là cách xoay cái nghe vào trong; lâu dần âm thanh câu kinh rõ như những sợi tơ trên màn hình siêu nét; đồng thời các vọng cũng dần lộ gốc rễ và ngay đó chúng nhạt dần uy lực. Ở những căn còn lại cũng nên dùng *căn tánh*, không dùng "căn thức" tiếp trần cảnh. Vạn pháp bình đẳng. Bình đẳng là "bản-tánh" của mỗi pháp, chúng ta lại dùng khuôn nghiệp của mình để nhìn thành ra méo. Bạn tu thường ngâm nga câu thơ: *"Đời tròn như một viên bi/ Mắt ta thì méo nên chi mê lầm"* (chữ "đời" có thể thay bằng tên bất cứ ai). Nếu ta có định lực để nhận lý bình đẳng sẵn nơi tâm, cung kính với vạn pháp vốn bình đẳng như mình, thì đó chính là cái tánh nhìn bình đẳng để nhìn vạn pháp vốn bình đẳng. Cái bình đẳng trong ta nhìn cái bình đẳng nơi mỗi pháp, sẽ thông đến chân tâm dẫu chân tâm ấy còn bị vô minh che phủ. Chẳng chúng sanh nào bỏ được cái tự biết, bởi nó thường hằng soi chiếu; cũng như chúng ta bị quá khứ vị lai và cả hiện tại chi phối, muốn thoát ra, muốn bài trừ, song chẳng sát na nào ai có thể ra khỏi thực tại. Không ra khỏi nhưng luôn muốn ra khỏi, thế nên đức Phật mới tìm pháp tu cho mỗi người, rốt cùng đồng về một hướng. Một vị thiện tri thức chân chánh là người luôn dẫn dắt bạn đi lên một bậc liền phá đi nấc thang đó, khiến bạn như đứng giữa hư không và phải bắt đầu từ nấc số không mà bước lên.

Nếu dùng căn thức để nhìn, chúng ta phải hạ xuống một nấc thang để tu, ấy là lần theo từng nút thực tại trong sự tỉnh giác, điều này hẳn là không cao minh bằng bạn tôi dụng một câu kinh làm thực tại duy nhất. Sáu căn khiến ta sập bẫy ảo giác song cũng sáu căn nhắc ta đừng dấn thêm vào vũng lầy cám dỗ. Có lần tôi ngồi nhấp trà với một người chuyên bài bạc. Gã thú nhận có loại kính lắp trong tròng không ai biết, có thể nhìn thấu bài của đối phương. Tôi bỗng nghĩ, giả như có đứa trẻ vừa sinh ra đã được gắn vào mắt cặp kính siêu mềm mỏng, ngay chính nó không hay biết. Cái kính khiến mắt đứa trẻ nhìn sự vật tợ như qua một chiếc gương lồi, hoặc cái nhìn ấy có thể giống với cái nhìn của một loài vật nào đó. Nó cứ thế lớn lên theo cái nhìn riêng biệt. Rồi nó thích ngành điêu khắc chẳng hạn. Đến một ngày nó quyết định tạc tượng cha mẹ để tri ân, mang về tặng. Cha mẹ sẽ trố mắt nhìn những "quái tượng" mà đứa con cho là chân dung mình. Sư bà Hải Triều Âm giảng kinh Lăng Nghiêm năm 1994 nhắc hoài điều này để chúng ta đừng chấp trước những gì mắt thấy, bởi sự vật đã bị méo theo con mắt nghiệp của mỗi loài;

như con của mắt lồi ra tròn xoay dĩ nhiên nó nhìn vạn vật khác hẳn người và muôn loài khác. Hiểu điều này sẽ khiến chúng ta có cái nhìn bao dung hơn về muôn pháp. Bởi tôi và bạn vẫn đang trong một cơn đại mộng. Khoa học hiện đại đã sáng tạo loại kính *Thực tại ảo*, ai đeo vào như sống trong "đời thực". Lại giả dụ nếu một đứa trẻ bại liệt bẩm sinh từ nhỏ được đeo loại kính này. Nó luôn kể về cuộc sống của nó, gia đình của nó với vợ và con cái, những chuyến phiêu du của nó khắp hành tinh, thậm chí kết giao với ma quỷ, và dĩ nhiên nó còn kể về những căn bệnh nan y, về nỗi sợ hãi mà nó đang phải đối diện, (dẫu thực tế thì nó luôn nằm một chỗ). Lúc ấy người thân bắt đầu phân tích để nó hiểu rằng đó chỉ là ảo, con như đang mơ thôi. Cuộc sống thật không phải như vậy. Nó sẽ không tin! Ân sư dạy, mọi tướng hư vọng bởi sanh diệt trong từng sát na, còn tự tánh bổn nhiên bất động, bổn nhiên thanh tịnh và trọn đầy trí-đức. Chúng ta bây giờ nếu chẳng thâm tín Phật pháp, học kinh giáo mà không hành cũng không chịu nhận ra mình đang sống trong ảo giác do sáu vọng căn mang lại. Và nếu tôi và bạn đeo cái kính Thực tại ảo ấy, nghĩa là mơ chồng lên mơ, ảo chồng lên ảo, hư vọng chồng lên hư vọng. Nhìn từ cảnh giới trong kinh Hoa Nghiêm và kinh Lăng Nghiêm, Bồ tát âm thầm thị hiện làm "người phàm" giữa trần gian âu là các Ngài hóa vào giấc mơ độ sanh mà thôi.

Tôi và bạn quen nhận sáu căn làm mình trên tổng phổ thân tâm mà không hay Phật dạy tánh giác luôn hiển ở sáu căn trong từng sát na. Bạn tu luôn khuyên tôi hễ buồn thì nhận ngay *cái biết* buồn ấy, đừng có ai buồn giận ở đó cả; hễ đau liền nhận ngay cái *biết* đau ấy, ngoài ra không có ai ở đó mà đau cả. Bạn còn bảo nếu quán sát thật kỹ, chẳng hạn lúc chuyên chú niệm một câu kinh, câu kinh đó là ta rồi, ý đặt trọn vô đó rồi, chân tay vẫn *tự* hoạt dụng đúng việc và còn rất hoàn thiện; để thấy tánh giác nó tự biết làm việc, để thấy cái thân đang làm việc đó là tánh giác đang khởi *dụng*, chẳng cần thêm một cái ngã nào vô đó. Tôi hình dung về một nhà máy, có người giám sát công nhân. Một thời gian sau người giám sát thấy ai cũng tự làm việc chuyên cần, hết lòng không tự lợi, liền đề xuất xin nghỉ việc. Ông chủ đích thân kiểm chứng, thấy đúng, liền cho người giám sát nghỉ và không quên hậu tạ. Song ông chủ vẫn thấy mình là… ông chủ, trong nhà máy từ của cải đến con người đều "của ông". Một ngày nọ ông chợt nhớ người giám sát, nhớ cái đức tánh "lợi người" và ông tự thấy xấu hổ; ngẫm sâu thấy mình cũng không cần thiết phải có mặt trong cái nhà máy mà mỗi mỗi công nhân đều trở nên thuần thiện như người giám sát, và thực tế nó không cần có ông chủ nữa. Nhờ trì niệm một câu kinh sẽ có cơ hội nhận ra tánh giác đằng sau thân huyễn tâm vọng. Bạn tôi khuyên *chuyên thầm niệm* sẽ thấy câu kinh đó cũng chẳng có ai đang niệm, mà nó dường như tự khởi và tự nghe lấy ngay nơi âm thanh phát khởi. Niệm một câu kinh xem ra là pháp vi diệu viên thông. Kinh khai tuệ Lăng Nghiêm dạy trong sáu căn, chỉ nhĩ căn là trên dưới trong ngoài sau trước đều nghe trọn. Tu một căn này sẽ khiến các căn khai thông. Chúng ta thường phóng tâm ra nghe phía ngoài, nay *thầm* niệm một câu kinh sẽ biết quay vào nghe bên trong. Nghe bên trong tạm xem là *tánh* nghe, không phải *tai* nghe. Chạm đến tánh nghe, tánh nghe sẽ tự biết nghe ngay nơi mọi âm thanh phát khởi. Bạn tu tôi nhờ *thầm niệm* và *chuyên niệm* một câu kinh liền "phát minh" tánh giác. Từ tánh giác dễ có cơ hội hòa vào một đời sống nhi nhiên. Thầy tôi luôn ý hướng học trò nhận lấy dẫu là một phần tỉ tỉ Tánh, mới là điều trọng yếu nhất của người tu; cũng như ta không là mặt trời [tự tánh], song thấy một tia nắng le lói chiếu soi qua màn nghiệp tối tăm cũng cần lăn xả hướng về mà nhận lấy. Tôi và bạn vô minh là bởi chấp lấy cái giả, bỏ cái thật (là tánh giác không sanh diệt, không hình tướng cùng khắp). Thấy được cái giả đồng thời nhận và tập sống với cái thật là con đường ngắn nhất đến giác ngộ. Ân sư tận hiến huệ mạng giảng kinh chỉ để khai thị *nhìn thấu* (cái thật) và *buông xuống* (cái giả). Chỉ bốn chữ thôi mà thâu trọn mật yếu Phật pháp. Cái thật chỉ việc nhìn thấu (thấy), không cần thêm bớt vì trong nó đầy đủ vạn pháp; còn cái giả cần buông xuống để cái thật khởi diệu dụng. Tôi và bạn do chấp thân này nên mới nảy sinh sống chết, còn trong mắt của chư Phật nào có chúng sanh sống chết. Bạn tên A. Cái thân mang tên A nếu chết đi bất quá chỉ như người lặn một quãng sông lại trồi lên thở. Thân chết mà tánh giác đâu chết, thế mới có cụm từ *vô số kiếp*. Tôi đã trôi qua vô số kiếp, nay tên B; nếu kiếp này chưa về được cõi Phật lại luân hồi, kiếp sau tên là B (phẩy); nghĩa là vẫn còn chứ đâu vĩnh viễn mất. Đã vĩnh viễn còn sao gọi chết. Cái sự chấp một đời khiến nhiều người hiểu cạn câu kinh nói về một đức Phật sẽ không thành Chánh giác nếu còn một chúng sanh nghe và niệm danh hiệu Ngài mà không được về nước Phật. Chấp một đời, họ quên rằng chúng sanh ấy nếu không xé mình ra tu thành trong đời này thì những đời kế tiếp chắc chắn lại được nương vào nguyện lực đó thoát phàm. Ân sư tôi dạy, Thiền là ngoài không chấp tướng, trong không khởi tâm động niệm về mọi tướng (thông qua sáu căn). Bởi đơn giản mọi tướng đều hư vọng! Không chấp tướng, chấp pháp chấp ngã, tâm sẽ tự định. Hay nói ngược lại, cái định vốn sẵn trong tự tánh, nhưng do ngã-chấp mà "bất động" thôi.

Người ta vẫn nói thiền là đói ăn, khát uống, mệt nghỉ. Điều này nghe đơn giản như không thể đơn giản hơn, song thật chẳng dễ. Bởi ta thường nắm giữ mọi thứ vốn chẳng sớm thì muộn cũng mất; ta làm dáng và sự cố gắng ấy trở thành tập khí thâm căn, khiến không đói mà ăn (vì cái tham ăn chứ không phải cái đói ăn), và thường không khát mà uống (vì cái tham uống hay cái sở thích uống). Chẳng ai không buồn tiểu lại vào WC cả. Nhưng nếu định tĩnh ngay trong từng thời khắc, cái biết *tự* ghi nhận trực tiếp của các căn như tai mắt mũi thì dẫu ta ở bất cứ đâu cũng là đang thiền vậy. Thiền là sự tĩnh giác nhờ *sự tĩnh giác vốn sẵn* ở mọi chúng sanh. Nhờ sáng suốt trong cái sáng suốt vốn dĩ, nhờ sự thật của sự buông thơi thân tâm nên thiền là một trạng thái *tự rớt vào* chứ không phải cái tìm cầu đạt tới. Chúng ta thử nghiệm, khi một tiếng còi xe kêu, âm lượng đó lớn hơn ngay nơi nó phát ra so với ở tai. Nếu là tai nghe, lẽ thường âm thanh từ chỗ chiếc xe đến tai sẽ nhỏ đi, tức tai nghe nhỏ hơn chỗ còi phát ra. Cả lúc ta ở trên ngọn núi, cảm nhận âm thanh dưới lòng phố vẫn rất lớn;

chính là nhờ cái tự biết trong veo. Xét theo vật lý, âm thanh từ chỗ phát ra đến lỗ tai phải mất một thời gian; còn tánh biết thì không có thời gian, mà *nó* nghe ngay nơi âm thanh phát hay nó với âm thanh là một. Như ta ở giữa đạo tràng, đồng lượt sẽ nghe được tiếng tụng kinh của cô A, anh B, ông C; hay mưa rơi trên mái nhà, tánh biết sẽ khiến ta cùng nhận âm thanh của nhiều giọt mưa. Nơi động loạn hơn như quán trà, ngoài tiếng nhạc, tiếng máy pha chế, tiếng bàn ghế dịch chuyển, tiếng cười nói đều vi diệu *đồng hiện* trong cái giác biết tạo nên một cuộc hòa tấu nhuần nhị. Lúc này ta cũng cảm nhận luôn hình sắc, cả sự sinh khởi nơi thân và vọng ở tâm đều cùng chung *tướng* hiện trong một chiếc gương dẫu gương ấy còn vẩn đục. Ấy là tôi nghe bạn đồng tu luận giải. Còn trong kinh Phật giảng mọi tướng hiện qua sáu căn đều huyễn, và ngay *căn* cũng huyễn luôn. Chỉ là do thức biến; hay thẳng tắt mà suy, đã mơ thì chẳng gì là thật, ngoại trừ cái tự biết chiếu soi dẫu tâm thức ta ở trong bất cứ cảnh giới và hình tướng nào.

Trong cơn đại mộng này, tôi và bạn chỉ còn thực tại là chỗ nương vào để tiếp cận tánh giác, là chỗ an trú để tránh bớt những cơn-đau-hiện-thực từ nghiệp quả. Thực tại luôn là một "không gian" an toàn để ly phiền não. Giả như bỗng nhiên nhận sự trái tai gai mắt, ta đau buồn, hãy chớp nhoáng tự hỏi thực tại tai đang nghe gì, mắt đang thấy gì, thân tâm đang khởi gì. Điều này cũng giống ta đang đắm say cùng người thân trong một không gian mênh mông thoáng đãng thì ai gọi đi chơi ta có thích nữa chăng. Thế nên sự chướng tai nó đã qua rồi, cái thực tại ấy qua và giờ đây những thực tại khác đang đơm nụ trổ bông qua các căn một cách tươi mới. Rõ ràng ta đang "rất bận" với thực tại liên miên tiếp diễn sức sống, ta đâu còn "thời gian" trở về với cái thực tại chướng tai gai mắt kia đã thành quá vãng ảo huyền. Chúng ta vẫn thường nhầm có một cái ta đang thấy vật, thực tế vật đã ở đó rồi, mở mắt là "vốn ở đó", không cần "ta" thấy nữa; mà ta đó chính là cái ngã *tự cho* nó đang nhìn. Lắng tâm quán sát thêm. Khi cái ta biết đang có chỗ ngứa trên thân, thì sự khởi nguyên của cái ngứa (do cái tự biết *biết*) đã đi qua cái ta biết ngứa đến mấy giây. Cái tự biết ban đầu mờ nhạt, song nếu hành giả đừng chạy đi đâu mò tìm tánh giác nữa nó sẽ rõ dần như một tấm gương được đánh bóng. Gương ấy có mặt ở các căn. Căn ý thì thấy rõ vọng niệm trỗi lên, và nhờ thấy rõ nên nó tự biết luôn việc quay trở về với thực tại bên ngoài. Một vọng quá khứ nổi lên, cái tự biết rõ đồng thời, tức vọng (bên trong) ấy đã soi mình trong tấm gương thấy biết, bị lộ tẩy, nên vọng cũng xem như một thực tại được mắt đang thấy sự vật bên ngoài. Vọng vốn ảo, song bị thấy ngay khi vừa ló mặt, thầy tôi gọi đó là cái thấy *thật ảo*. Tôi mơ hồ chợt hiểu: Cái nhìn thật ảo vượt ngoài thời không! Song chẳng cách gì vào được!! Thầy dạy, cũng một vọng niệm như nhau song phàm phu thấy khác so với người có định lực. Phàm bởi do tham sân si điều động nên vọng khởi liền bị lôi dẫn tạo nghiệp. Còn một hành giả trên hành trình phá tự ngã; khi ngũ ấm và các tập nhân đau khổ bị rút năng lượng như rắn bị cắt nọc và hổ không nanh vuốt, vọng khởi cũng như bông hoa nở tự nhiên rồi tàn, không để lại dấu vết trên bề mặt của cái tự biết. Chiêm nghiệm điều này để thấy, vọng quá khứ cũng là thực tại nhờ tánh giác soi chiếu; tự hỏi, quá khứ có chăng?? Vọng tương lai cũng vậy. Một hành giả trọn vẹn với thực tại, việc hành trình từ quãng đường A đến B, họ luôn sống với mỗi bước chân thông qua các căn, thì sự di chuyển từ A đến B là không có. Từ A đến B là một trăm bước chân hay nghìn vạn bước chân thì họ chỉ sống với từng bước chân hay nói đúng hơn là sống trong khoảnh khắc thực tại nhờ cái tự biết, chỉ thế thôi. Đây dẫu sao vẫn chỉ là "linh cảm"; bạn tu bảo tôi, chúng ta ra được hiện tại quá khứ và vị lai biết đâu là ảo tưởng vĩ đại.

Nhiều mật ý sẽ được rút từ cuộc sống. Có lần tôi đang rửa rau, sực nhớ cắm nồi nước ở trong nhà, liền bỏ rau chạy vào; chẳng khác đang sống trong ảo. Khi rửa rau nhớ nồi nước, là có một sợi dây cao su vô hình kéo tôi lao vút về nồi nước trong nhà; lúc tôi rót nước, lại có một sợi dây cao su vô hình ở chỗ rửa rau đang kéo tôi về đó. Như vậy tôi bị một lúc hai sợi dây cao su trói thân tâm kéo tới kéo lui, còn quãng ngắn từ thềm giếng vào nhà hoàn toàn tôi mất tĩnh giác, dẫu xét đến cùng cái tự biết đã ghi nhận đầy đủ từng bước chân, đầy đủ mọi âm thanh mọi sự sinh khởi nơi thân tâm. Điều này tạo nên một không gian ảo, và cả thời gian ảo nữa. Nước có thể lật thuyền song nước cũng đưa thuyền. Những căn như mắt tai mũi, thân, "bọn giặc" này phải trở thành những người bạn thay nhau hoặc đồng thời nhắc ta trở về với thực tại mới đúng. Đưa thuyền hay cam chịu lật thuyền ở chỗ bạn và tôi nhận ra bản chất và lực dụng của nước hay không. Chúng ta đang vọng về quá khứ, dẫu cái tự biết đã biết, nhưng đồng thời cái tự biết nhắc ta có cái đau cái ngứa trên thân, hay một âm thanh nào đó hiện khởi. Nếu thất niệm hoặc ta đang sân vì một điều gì, cái tự biết gật đầu "có một cái sân" rồi, ta lại tự hỏi, bao nhiêu âm thanh đang vang lên kia mà, sao không sống với thực tại tinh khôi này. Giả như tuyệt tĩnh yên vắng, "thực tại ảo" là những "vọng" trong veo hiện lên; một mình hành thiền thì tiếng bước chân cũng nhắc ta trở về, hay đó là xúc chạm của thân với chiếu chăn, sự lật trở, tiếng dế trong khuya, tiếng lá gieo mình quãng gần sáng cũng đủ đánh thức ta sống với thực tại. Tôi một lần bụng đau lâm râm, vẫn nhủ thầm đau chỉ biết đau thôi, không tìm nguyên nhân cũng không có ý niệm đẩy ra. Nhớ lời bạn tu, ngày hôm sau tôi bỗng à lên, tuyệt. Cái đau này, mỗi lúc nhói lên là như nói, thực tại đó con, ở đó đừng chạy đi đâu cả nghe. Đến lúc tôi khởi niệm dụng tâm chữa thông qua sự xoa dịu hay theo phương pháp thực dưỡng đơn thuần dân gian, cũng không phải xem cơn đau là thù mà nhìn nó *như thực* một thông tin đau trên tứ đại ở ngay chỗ đó; xem nó như người thân ngoài tôi, nhẹ nhàng bảo cái đau rằng thuốc này vào sẽ khiến cơn đau của bạn dịu xuống, không sao đâu, bạn sẽ lành dần. Đây là thuốc tĩnh giác nhìn ngắm mọi sự như một vẻ đẹp tự nhiên. Nó đúng với mọi bệnh. Hơn thế về mặt lý thuyết tôi còn rút ra: Ai gọi ta, nên biết đó chỉ là sự quy ước chứ cái tên ấy không bao gồm khuôn mặt này, thân thể, danh vị này để rồi chấp chặt đống xương thịt tanh hôi còn biết di động đó. Tôi nếu có, là thực thể cấu thành từ cái tánh biết bất diệt và cái u mê tạm thời. Y học một khi thuần phát triển theo hướng vật lý thì loài người vẫn tiến nhanh về cõi chết. Một bệnh nhân dẫu gặp thuốc tiên mà không tự dụng tâm trở về hòa ái, buông xuống mọi ý niệm hơn thua được mất sân giận oán thù, soát lại lỗi lầm sám hối hướng về phía chân trời tâm linh cúi đầu (và ngước đầu) trước vô vàn bí ẩn màu nhiệm thì vẫn là nước đã vào thuyền mà khoanh tay nhìn sự đắm.

Trở về thực tại. Bạn tôi trước có đọc từ sách của một vị thiền sư lỗi lạc xứ Ấn, sau được nghe một vị thầy trong nước giảng bộ kinh năm 2009, về mật yếu *cần có cái nhìn và cái nghe tổng thể đồng lượt* (như bạn tu giải sơ cho tôi nghe ở trên). Tôi nhìn về mảng tường khá lớn, nó đơn thuần một phông trắng nhẹ nhàng; rồi tôi nhìn con ruồi trên bức tường ấy, thực ra là do cái ý hội lại ở con ruồi. Ta tập trung ý vào đâu dễ bám chấp ở đó. Hành thiền, dẫu ta bị hút bởi một bông hoa bên đường, cái tự biết cũng đã nhắc "mi tham rồi đó nghe"; và dẫu nó lôi ta rẽ lối đến xem tận mắt chăng nữa, cũng chưa phải là vấn đề bởi ta vẫn đang sống với thực tại của từng khoảnh khắc. Lúc đến, ta vẫn giác biết mọi sự, ta nhìn tổng thể cây hoa giả hợp bởi căn hư vọng, và thấy những chiếc lá non cũng đẹp, mầm, nụ và thân cây nữa. Ngay mẩu phân khô dưới gốc cũng dạy rằng đến cái tưởng chừng vô nghĩa cũng hữu ích cho *sự thật ảo* lên ngôi. Vậy là bắt nguồn từ lực hút của trần cảnh là bông hoa, hành giả vẫn bước trong sự tĩnh giác với thực tại và lúc căn mắt nhờ tiếp xúc một cách hòa đồng sự vật, ngẫu nhiên đã *trụ* vào sự toàn thể; khiến tâm nhạt sự phân biệt đối tượng và chấp trước vào một thứ ta thích.

Tĩnh tại trong từng giây phút, có lẽ ít người suy ngẫm cụm từ này: trong từng giây phút. Sự tĩnh thức này ở những vị miên mật đến một lúc thân tâm họ sẽ có cơ hội hòa vào thực tại. Họ hoàn toàn không cần có bất cứ kế hoạch dự định nào cho những giờ phút ảo tiếp theo. Việc thảo tờ di chúc, cũng là một điều cần thiết, nhắc ta biết về sự mong manh cuộc đời; nhắc ta hiểu chỉ cái giác biết thường hằng, còn thân này biến hoại theo một quy luật tuyệt vời của tạo hóa. Đến linh hồn cũng không! Ta nên đối diện với cõi tạm trước sau gì cũng hết. Vẫn nên ngắm nghía sự chết, tập làm quen làm bạn với cái chết, xem cái chết như một vị thầy trong việc quán chiếu Vô thường. Thực tế thì chúng ta đã chết vô số lần. Tôi có một anh bạn đang rất yêu đời với vô vàn dự định tốt đẹp, một đêm nằm ngủ, sáng ra vợ con gọi mãi rồi tới lay mới biết thân ấy cứng đờ. Thế đấy. Ta nên xem mỗi giấc ngủ là cái chết, là cơ hội thực hành thực-tại-chết. Nằm xuống, tĩnh tâm cảm nhận rõ giấc ngủ chìm dần, đến thời điểm trước giấc ngủ và tỉnh dậy, hoặc không bao giờ. Bạn tu thuật lại cảm giác sâu sắc trong cái đêm nằm xuống một lúc bỗng nhớ, ồ di chúc mình viết xong hôm nay rồi, vậy rất có thể đêm nay là cuối! Bạn liền nằm ngay ngắn theo thế kiết tường *nhất ý* niệm một câu kinh. Rồi giấc ngủ rờ tới, như cái chết đang diễn. Hoặc mở mắt thấy trời sáng, hoặc được ân đức Phật lực gia trì mở mắt là cõi tịnh khiết; nhưng rồi cô thấy trời sáng bảnh.

Tôi liền học theo viết tờ Di chúc cho mình. Mạng người mong manh trong từng hơi thở. Cuộc đời can qua vô thường. Bóng cây roi vô thường luôn hiển hiện giữa đêm tối và trong cả giấc mơ của bạn và tôi. Bậc đạo sư vẫn nói, chết là chuyện nhỏ; chết rồi phải làm ngạ quỷ bàng sanh hay vào địa ngục mới là chuyện lớn. Lớn hơn bất cứ điều gì ta đang có. Sợ chết là một bệnh hiểm, là một trọng tội trong cuộc tiến hóa vận mạng. Tôi không nghĩ mình chữa lành căn bệnh này song vẫn tin sẽ nhạt bớt sự bám víu trần ai mà sớm muộn ai cũng phải rời bỏ. Cái thân huyễn hợp này lúc tim ngưng đập sẽ thành đống rác bùi nhùi thối rữa xông thấu trời xanh. Bạn tôi nói việc này cần *chân thật*; tờ di chúc sẽ là một phần thước đo chân cầu giải thoát của ta. Tờ di chúc để thưa với Phật rằng con đã buông mình đón pháp màu; để biết ta không cầu giải thoát bằng ảo vọng, bằng một tâm bám víu và lường gạt ngay chính bản thân. Tờ di chúc sẽ giúp ta chỉ sống với đạo, rằng ngoài việc sống trọn với thực tại, ta không nhất thiết phải *làm thêm* bất cứ việc gì ngoài hành pháp. Tờ di chúc cũng xem là điều thiết yếu bước đầu tập tẩy não về khái niệm tự ngã lưu cửu từ vô lượng kiếp.

Ân sư giảng đến cảnh giới Hoa Nghiêm thì nói toạc, *ngay đến hoằng pháp lợi sanh cũng buông xuống*. "Quý vị *xả* nhất định có *đắc*, quý vị còn phải xả những gì quý vị *đắc*" một khi chưa nhận tự tánh, chưa đủ định lực giải độc tham sân si mạn, hay ít nhất tự mình soi vào tiêu chuẩn của kinh và lời chư Tổ thấy nguy cơ vào ác đạo dễ như bỡn. Có vị thầy còn "hứa", sẽ chưa ra độ người một khi chưa chứng Thánh. Sanh tử luôn nghiệt ngã!! Nhiều lúc chúng ta bị tự ngã lừa gạt, bởi tầng tâm thức chưa siêu vượt khỏi u ám của nghiệp tập chồng chất trong từng ý niệm. Tự ngã nhạt dần, mới là lúc ta có thể bắt đầu tập làm việc. Như tôi thường lăng xăng bận rộn, khiến Phật sự mang tiếng, âu là cái tâm còn quá vọng động đảo điên. Suy cho cùng, có chăng *sở đắc* thì đó là sở đắc cái không cầu đắc gì cả. Bạn tu nhắc, định lực của một người thể hiện ở sự vượt lên mọi mức sở chứng và dĩ nhiên khó ai có thể nhận ra. Tôi có cảm nghiệm sâu sắc về một bộ phim kiếm hiệp xem hồi nhỏ. Khi những cao thủ võ lâm tranh đấu lên ngôi bá chủ, để thiên hạ biết ai mới thực tài, giữa cuộc tương tàn bỗng xuất hiện người quét lá sân chùa ngăn lại; nội công không hề tầm thường của vị này khiến đôi bên tức thì rụt tay. Mới hay cao thủ đích thực là người bước hẳn ra ngoài tài danh. Chư Phật và Bồ tát, ngoài những vị phải hiện tướng giảng kinh thuyết pháp, còn quá nhiều bậc "vô tu vô chứng" trên đời sống như một bông hoa dại giữa vườn hoang để ai ngang qua vô tình nhận được ân đức từ bi lan tỏa. Các vị hóa hiện giữa nhân gian âm thầm độ những chúng sanh có tiền duyên và họ trở thành những ân sư tâm linh ẩn mật sống rồi ra đi trong lặng lẽ tuyệt cùng! Thực sự nếu không được kinh Hoa Nghiêm "khai thị" về sự giấu mặt của chư Phật Bồ tát giữa nhân gian tôi sẽ mù tịt, và có thể tôi đã xuống địa ngục thọ báo tội coi rẻ những "phàm nhân" ấy không chừng. Tùy cơ thuyết pháp, tùy loài hóa hiện, tùy phiền não nghiệp chướng của chúng sanh mà mở bày tánh đức. Các Ngài "có mặt" ở đủ ngành nghề. Các Ngài cũng có thể những hạng người tầm thường nhất trong xã hội, là đầu bếp, là người gieo duyên công quả ở chùa; biết đâu chừng họ cũng có thể là một người "ngây thơ" dại dột theo cách hiểu nhân gian để nhắc ai đó trở về với sự trong trẻo nguyên sơ. Tôi từng gặp người bán vé số có nét gì rất lạ tỏa ra; một người ăn xin ở quán nọ vô tình gieo cho tôi cơ hội nhỏ cúng dường; hay bất kỳ là ai gặp ta nói một câu vu vơ để một ngày chợt giật mình nhức nhối. Tôi cũng từng gặp một người nhặt rác trong niềm hạnh phúc với công việc đang làm, như đang nhắc tôi sống với thực tại để làm hiển lộ tánh giác, còn *cái ngã ta* chỉ là ảo vọng đưa về nẻo khổ. Bạn tu kể với tôi chuyện được "thiện tri thức" biểu pháp. Đang ngồi ở một quán nước, bỗng một con người nhớp nháp khác thường, phanh xe; ông bước tới cái bàn chủ quán chưa kịp dọn, tráng những ly cà phê và nước ngọt thừa của khách đổ chung vào một ly, ông uống cạn trong vẻ mặt thản nhiên tuyệt tĩnh khiến "khán giả" mang tiếng tu hành co rúm. Rồi họ đi. Bạn sẽ nghĩ chuyện này bình thường, và trong đời có rất nhiều người như thế. Nhưng với tôi lúc nghe câu chuyện này lại nhận một tầng nghĩa khác. Tôi hình dung đến con người đã hoàn toàn phá tan tự ngã ấy; nó khiến kẻ *tu hèn* như tôi muốn sụp xuống lạy cái hành động bình thường ấy mà không làm nổi. Trong tâm là cả một thế giới, tôi lại chấp chút xíu sạch sẽ, khiến "giấc mơ con đè nát cuộc đời con".

Cái tự biết luôn hiển hiện ở sáu căn thức tỉnh ta

ở lại với thực tại; thực tại đó chính là ta buông theo vô thường; buông theo vô thường tức hành giả đang có chỗ đứng trong Đạo.

Chương 4

Một khi cái biết tri thức phủ lên cái không biết diệu dụng, ta luôn cho khuôn nghiệp của mình đúng do vậy nghi ngờ cả hạnh Bồ tát trong nhân gian luôn dạy chúng ta trở về với những điều bình phàm nhất, từ đó quán chiếu bởi lý viên dung nằm sẵn trong ấy.

Mọi sự vật đều giả hiện, sự giả hiện có lý do và chúng có giấy phép tồn tại bình đẳng tuyệt đối từ pháp giới. Và rồi chúng ta không chịu cơn đau buồn trôi đi mà luôn níu lại vời gọi để gặm nhấm tự hủy diệt mình trong một thực tại miên viễn. Thật đau khổ khi biết mình có kho báu "cha" để lại, lại chưa thể buông chấp thân huyễn tâm vọng dự phần tận hưởng niềm an lạc vô biên của sự phụng hiến.

Tôi và bạn sống với quá khứ hiện tại và vị lai bởi chúng ta bị đánh bật khỏi những khoảnh khắc *thực tại*, dẫu cho cái tánh giác luôn hiển hiện ở sáu căn để nhắc thức ta quay về. Lục căn tiếp xúc lục trần liền nhiễm, sau đó tức thì cảnh trần biến thành những cái bóng mà ta không tài nào thò tay chụp bắt được để chỉnh sửa. Song ta vẫn vui buồn hờn giận với cái hư huyễn ấy. Tánh giác là một tự thể chung và nó hiển hiện ở các căn. Nó có ở mắt nên như lời Phật chỉ dạy, tánh thấy luôn luôn thấy bất luận tối hay sáng: "Nếu như cái thấy cùng một thể với cái tối, thì khi sáng, cái thấy phải tiêu mất, nếu cùng một thể với cái sáng, thì khi tối, cái thấy phải diệt rồi, mà đã diệt, thì làm sao còn thấy được sáng, thấy được tối". Tánh nghe luôn luôn nghe trong từng sát na bất luận ta ngủ hay thức. Thân ta nhờ tánh giác nên biết hết thảy mọi cảm giác không một khắc ngơi nghỉ, chỉ là đến lúc ta ngứa và đau quá nên mới *để ý* đó thôi. Chính ta có *ý*, nên lúc *để ý* mới biết, là cái biết của căn, không phải tánh giác; còn tánh giác thì *luôn luôn* giác, ngay cả cái huyễn nó cũng "biết tuốt". Thân tứ đại giả hợp và tâm suy nghĩ mông lung này, tôi đã nhận nhầm! Chẳng biết đến bao giờ tôi có thể ra được thân-tâm-ngũ-ấm? Có lần dở tài liệu từ drive trong email của mình ra xử lý bỗng nghĩ, dữ liệu này từ lâu cứ ngỡ nó ở trong máy tính. Đúng là tôi lấy dữ liệu từ hộp thư email trong máy tính (của mình); nhưng rõ ràng số dữ liệu này thực tế được lưu trên trời, giữa không trung vô tận, tôi ở dưới bầu trời quê hương hay qua bên tây âu cũng đều lấy được. Bởi nó lưu giữa hư không mà. Đối sánh với tôi để thấy cái thân này huyễn. Tôi và bạn từ lâu vẫn nghĩ những gì tưởng quên, gặp duyên bỗng bật đâu ra nhanh hơn siêu vi tính, cái này đương nhiên vượt khỏi tầm với của trí não. Đương nhiên đa phần dữ liệu tưởng đã quên đi đó thực chất nó lưu trong alaya của tôi. Mà, alaya "của tôi" thật sao? Nếu "của tôi" sao không nằm trong cái thân này. Nó nằm trên trời mà! Dữ liệu muôn kiếp của tôi lưu trong alaya là lưu giữa hư không. Xưa nay tôi vẫn chấp cái thân huyễn này, cái tâm vọng này.

Đức Phật chỉ ra tánh thấy của chúng ta sẵn có. Tôi chấp cái vật mắt thấy, không biết vạn vật đều huyễn; cái thấy không già không trẻ, không tròn không vuông. Phật phải bảo ông La Hầu La đánh chuông để chỉ ra tánh nghe cho ngài A Nan; rằng tánh nghe vẫn đứng đó dẫu âm thanh tiếng chuông tắt, và do vậy *tánh nghe* nghe được cả nốt lặng. Tiếng chuông cũng như mọi âm thanh có vang lên đều sẽ có ngừng có tắt, song tánh giác thì không tắt. Giữa cái thấy và cái được thấy là một, nghĩa là mọi vật nó đã sẵn đó và chúng *như là* cái thấy; chứ không phải ta mở mắt mới thấy. Điều này chưa phải chân lý của "tánh" song quán chiếu sẽ khiến cái ngã nhạt bớt. Dẫu tôi tìm thấy một viên ngọc trong rừng sâu về hiến vào của chung thì đó cũng chẳng phải phát hiện. Viên ngọc đã ở đó và cái thấy đã nhuốm lấy nó từ khởi thủy. Tôi huyễn và cái thấy từ mắt là cái thấy theo nghiệp báo không nhìn đúng sự vật hiện tượng, nên nó không được phép mang theo tự ngã. Tánh thấy có thể lấy thí dụ như tấm gương. Lúc ai vẽ lên một hình sẽ hỏi ta thấy không, ta nói thấy; họ xóa hình đi và theo tập khí nhận căn trần thức là mình ta sẽ nói không thấy; thực ra cái thấy vẫn là gương, còn hình hiện hay xóa không làm mất tánh thấy. Xét về kiến giải càng nghiêm trọng. Bạn tu từ lúc nhận *cái không biết*, liền biết mọi cái học được hay sự thâu nhận thuần túy qua các căn đều là kiến thức tạm bợ. Kinh từng răn ngay đến chứng tam quả thánh cũng không được tin vào suy nghĩ của mình; huống hồ phàm phu tôi dám xưng danh các căn của mình nhìn đúng bản chất trần cảnh.

Phật dạy: "Cái thấy nơi tâm tánh là cái tánh minh của bản giác; cái tánh minh của bản giác biểu lộ ra nơi cái thấy, bản nhiên thanh tịnh cùng khắp pháp giới, theo tâm chúng sanh đáp ứng với lượng hay biết". Tôi và bạn do mê mới thấy ra trong hư không có muôn pháp hữu vi hư vọng, chúng không có tự thể, song chúng ta chấp thật nên mãi hoài chẳng muốn buông. Kinh viết: "Cái thức nơi tâm tánh là cái tác dụng nhận biết của tánh minh bản giác, "bản giác diệu minh yên lặng cùng khắp pháp giới, ẩn hiện thập phương hư không". Nhận và tập sống với tánh giác, tôi và bạn có cơ hội lìa dần thân tâm huyễn vọng. Thức vốn sáng suốt tự nhận biết qua sáu căn, bởi bản chất của nó chỉ một; nhưng lúc *thức chân* nhận biết cảnh trần rồi, chúng ta liền khởi bệnh chấp trước, thế nên nó biến thành *thức vọng* như là tên lính gác khó tính của các căn khiến vạn pháp không như nhiên hòa vào chân tâm được. Tôi tự khuôn mình lại trong nghiệp quả tiền kiếp, bao biện cho cái sở tri hẹp hòi ích kỷ đầy phân biệt chấp trước để vu oan cho vạn pháp vốn/đã bình đẳng với chính nó trước quan tòa nhân quả. Đức Bổn sư dạy niệm niệm hãy vì người, chớ xen một niệm vì mình. Giờ tôi lờ mờ hiểu đó là cách giúp hành giả tự giải tán *tự ngã*, từ đây tiến thêm bước phá luôn cái rỗng rang.

Cái tâm hư dối của tôi buộc trần cảnh phải lọt vào khuôn thước nhỏ nhoi của nghiệp, nào hay mọi sự vật đều giả hiện, sự giả hiện có lý do và chúng có giấy phép tồn tại bình đẳng tuyệt đối từ pháp giới và dĩ nhiên cái nghiệp của tôi không có quyền chấp trước, không có quyền giành lấy một mẩu nhỏ để yêu ghét giận hờn. Chợt nghĩ tôi có *tình thương* chăng? Soát lại cuộc sống cũng tự phong mình có tình thương, thực tế thì "không". Giả như lúc tôi phải sống với gã A trước nay hay bêu rếu mình, tôi còn tình thương chăng? Rõ ràng không. Vậy tình thương của tôi đâu rồi. Cái gọi tình thương với thân quyến của tôi chính là *tình chấp*, biến chuyển. Ân sư dạy chỉ nên dùng một tâm, đó là *tâm bao dung*, bao dung hết người cùng vật. Họ đổi tâm để sống với con (như tị hiềm ám hại), con kiên quyết không đổi cái tâm bao dung ấy để đối đãi, mà phải khiến cho tâm càng nới rộng. Thân quyến cũng để trên đầu mà gã A kia cũng để trên đầu. Ai cũng đưa lên trên đầu thờ phụng như chính con của Phật vậy. Ấy là con đường mòn chư Thánh đã đi, chúng ta phải lần theo những dấu chân ấy. Ân sư tôi thí dụ Pháp tánh là dòng điện, các thiết bị (dùng bằng điện) là khí cụ; cũng như sáu căn, Pháp tánh vào tai thì thành tánh nghe, qua mắt thành tánh thấy... đều là một thể "đồng viên chủng trí". Tôi thấm thía và tri ân thí dụ này. Chợt hiểu, với mắt, bên kia gọi "bóng *điện*" thì bên này gọi "nhãn *tánh*" (cái tánh thấy, không phải mắt thấy, vì chỉ riêng con mắt chẳng thấy được gì; con mắt là hư dối, nó hư dối thì trần và thức đương nhiên cũng giả nốt); bên kia gọi "quạt *điện*" thì bên này là "thân *tánh*" (cái tự biết mát nóng, đau ngứa). Nếu là mắt tai, thân, mũi thì sự tiếp xúc với trần luôn gián đoạn, còn tánh thấy ở các căn đó không dừng nghỉ. Cả khi thân chết rất lâu, các căn hoàn toàn chết rồi, nhiều lúc tánh giác cơ bản vẫn còn ở đó. Các vật sử dụng điện sẽ không chạy nếu không có điện; các căn sẽ không hoạt dụng nếu không có thức *a đàn na*, mà ẩn sau thức đó có cái vĩnh hằng tánh giác. Chúng ta từ lâu vẫn nhầm lẫn giữa hoạt động của trí não và tánh giác. Không biết rằng ít nhiều tánh giác luôn thông dự vào trí não để giúp chúng ta hoàn thành những công việc, điều này rõ nhất ở những nhà sáng tạo, những nhà triết học và nhà tư tưởng. Cũng như thế giới địa cầu này trong thời đại mà ý niệm xấu ác tràn ngập, nếu không có sự đan cài của ý niệm siêu thiện từ giới tu hành và đặc biệt là sự gia trì của chư Phật-Bồ tát, hẳn tôi không đủ phước để sống qua một đêm. Chúng ta dựng lập cái biết trên cái không biết vĩnh hằng sáng suốt, song cái không biết vẫn thường xen vào những sự mầu nhiệm, để bạn và tôi luôn nằm trong ân sủng vô bờ song lại chẳng biết tri ân. Và sự tri ân mới là những tia sáng đầu tiên rọi vào vùng quang minh từ đó mỗi ta cảm thấy tâm mình vô biên trong sự hẹp hòi của nghiệp thức che chắn.

Nhiều lúc ở đâu rớt xuống những ý tưởng, ta tưởng "của mình" nên trương phình bản ngã, chấp mình tài giỏi hơn người; vô tình ta vô ơn với tánh giác. Theo đó căn trần thức sẽ được ta xem trọng, vì thế nó che phủ lên tánh giác khiến càng ngày thể trí cùn mòn. Bởi không ít nhiều nhận thấy tánh giác hiển lộ qua các căn, nên tôi từ muôn kiếp chấp sâu nặng về cái thân huyễn. Học Phật là học thuận theo giới, rồi thuận theo đạo trời, ngưng mọi suy nghĩ và tạo tác với cái tôi chủ nhân; chỉ có vậy thân ta mới trở thành khí cụ để tánh giác hiển lộ, và nhiều khi cơ may là phương tiện của chư Bồ tát sử dụng trong những thời điểm cần thiết. Người đời tưởng trí não đệ nhất, nên chặn mọi hướng tâm linh và cố đưa vào thật nhiều tri thức; lại không biết nếu trên đà này rốt cục thua cả siêu người máy; còn thua thiệt là chết sớm, trong lúc tuổi thọ của siêu người máy có khi tương đương thiên nhân.

Mọi pháp đều vô thường biến chuyển. Thức biến. Tâm vốn hiện nhất chân pháp giới, song nghiệp trong thức của ta lại biến thành lục đạo, thành chín pháp giới. Ta chấp những khuôn nghiệp của mình và lấy đó làm chuẩn. Cái sự chấp trước và phân biệt là *tâm bệnh* nặng nhất của phàm nhân, và còn tùy vào từng người khiến Phật-Bồ tát rất khó tiếp cận kê đơn bốc thuốc. Một khi *cái biết* tri thức phủ lên *cái không biết* diệu dụng, ta luôn cho khuôn nghiệp của mình đúng do vậy nghi ngờ cả hạnh Bồ tát trong nhân gian luôn dạy chúng ta trở về với những điều tầm thường nhất, từ đó mà quán chiếu bởi lý viên dung nằm sẵn trong ấy. Cái chết không hề có, bởi cái chết cũng là một pháp biến chuyển. Tướng của mỗi pháp luôn đang biến chứ không hề mất. Và cái thân này của tôi và bạn cũng đang biến, biến đến "cùng cực" thì chúng ta lại chấp chặt vào chữ chết.

Tôi và bạn cũng như mọi chúng sanh, đều chỉ có cái tánh giác dung chứa nghiệp thức từ vô thủy và trí tuệ đức năng sẵn đủ. Song do mê tôi chẳng nhận ra, nay lờ mờ hiểu lại vẫn sống với thân huyễn và tâm vọng, nên không thể sử dụng được kho báu tánh giác đồng thể như mọi người, thật đau khổ! Thật đau khổ khi biết mình có kho báu "cha" để lại, lại chưa thể buông chấp thân huyễn tâm vọng dự phần tận hưởng niềm an lạc vô biên của sự phụng hiến.

Cái huyễn giả đã chiếm hữu hoàn toàn thân tâm, biến ta thành tù nhân của lâu đài ảo ảnh hơn cả một lô cốt kiên cố. Hòa thượng Duy Lực từng kể câu chuyện của Trang Tử về con rùa trong giếng và con rùa từ ngoài biển bị té xuống giếng. Con rùa biển nói ngoài ấy lớn lắm; con rùa giếng bò 1/3 khuôn giếng rồi hỏi có lớn như thế này không, con rùa biển lắc đầu. Con rùa giếng lại bò 2/3 khuôn giếng rồi hỏi lớn cỡ này không. Rùa biển bảo, không; rất lớn. Con rùa giếng ngạc nhiên, nó ý nói đừng bảo bên ngoài lớn bằng cái giếng này đấy nhé. Thầy giải ra một ẩn nghĩa, rằng dẫu lớn đến mấy, khó tin đến mấy thì con rùa giếng cũng có cái để chứng minh. Còn con rùa biển bị lạc vào đáy giếng, nó không có gì làm minh chứng.

Không thể dùng một chấp vào vô biên được. Cái thiển cận tôi thử lý giải, trong tàng thức mỗi người chứa vô số kiếp, trong vô số kiếp đó lại lũy thừa lên thành hằng hà sa các nhân đã gieo. Trong hằng hà sa nhân ta gieo trong kiếp này, lúc lâm chung chỉ dùng được số ít ỏi nhân "tiêu biểu" để tái sanh; còn nếu trường hợp cận tử nghiệp chi phối thì xem như người này chỉ dùng mỗi một nhân trong vô số nhân của một kiếp đi đầu thai. Rồi cũng chỉ rất ít nhân mạnh mẽ trong tiền kiếp có thể thúc đẩy, chi phối, kết nối để tạo nên nghiệp duyên trong kiếp này. Còn lại vô lượng nhân trong vô lượng kiếp tiếp tục *tồn kho* alaya. Vua A Dục là người có công lớn với Phật pháp nhưng một niệm sân lúc cận tử khiến đầu thai làm mãng xà. Kinh A Hàm cũng nêu vị tam tạng pháp sư bởi nhỡ một lời mà năm trăm đời tiếp theo nhận kiếp chó. Để thấy chúng ta chỉ là một phần tỉ của toàn thể. Đời người chỉ là khúc quanh của nhân quả trùng trùng. Tôi hình dung có người đi bộ từ Hà Nội vào Sài Gòn, sau một ngày xem là một đời. So sánh này dẫu không đúng bởi vẫn là con người toàn thể, trong lúc đời-nhân-quả chỉ là một mẩu trong khối bột ta tự nặn hình cho mình bằng khuôn nghiệp quả; song để thấy ta thường nhìn "mô hình" phác thảo lại đánh giá cả công trình tiến hóa của chúng sanh vốn bình đẳng tánh giác. Trên chặng hành trình cuốc bộ, nếu họ gặp duyên nảy chủng tử tu hành hoặc thù thắng hơn với phước duyên sâu dày gặp vị thầy tâm linh hướng dẫn, họ sẽ cự tuyệt nẻo luân hồi rẽ qua lối hiền thánh; còn không họ vẫn cứ lầm lũi như vậy trong vô biên kiếp. Mê chấp ảo, chết rồi ta lại bị lửa dục hút vô tử cung muôn loài, tự vẫn thân trung ấm để rồi choàng tỉnh chấp ngay hạt bụi là mình và cứ thế lớn lên trong tủi khổ vô minh. Nhìn một ai đó đang hành ác mà khởi ác là đại khôn xiết. Trong mắt của Phật, vua Ca Lợi là bậc đại thiện tri thức; trong mắt bạn và tôi ông từng là kẻ đại ác! Việc ta ngăn chặn/chuyển hóa cái ác chỉ đúng với ý nghĩ ngăn cái việc ta được biết sẽ đưa đương sự đến không gian u tối ở kiếp sau. Họ sai với cái "kiến thức chuẩn" ta sở đắc song đang tạm đúng với nghiệp nhân quả báo luân hồi của họ. Và những hành vi của họ đương nhiên không mảy mảy chạy khỏi nghiệp báo, lãnh quả thê thảm, đương nhiên không mảy may ra khỏi mắt Phật; thế nên việc ta khởi thêm một niệm sân si ngã mạn trước họ là biểu hiện của cái tâm vẩn đục. Ân sư dạy tôi hãy xem mọi chúng sanh đều đã tu xong, chỉ riêng mình còn phàm phu. Chính là cái nhìn thật tướng. Mọi tướng xấu ác hay thuần thiện xem như là sự thị hiện của chư Bồ tát để ta tỉnh thức chân tâm. Cho đến một vị sư báng pháp trước mắt chăng nữa thì ngay từ trong sâu thẳm xem tâm mình nó đang khởi lên niệm gì, đó mới là vấn đề của tu tập. Ta nên bao dung những kẻ đang rẽ lối xuống tuyệt lộ. Mà cũng chưa hẳn, biết đâu cuối đời họ gặp thiện tri thức. Dẫu họ không là gì đến cuối đời ta cũng nên kính cẩn cái phần còn lại khổng lồ trong alaya của họ với vô số nhân thiện không ngoại trừ ngay trong kiếp trước họ là bậc thông tuệ kinh luận. Biết đâu có một vị Bồ tát quán ra nhân lành cực thịnh trong vô số kiếp của họ bèn tìm cách lôi ra tương tác với thực tại cuộc sống bật mầm giác ngộ.

Khi chúng ta ly tâm ý thức, ly óc phán đoán và óc suy nghĩ, ta an trú trong *cái không biết* chính là lúc ta hình dung về một tấm gương soi chiếu cái biết, phân loại cái biết. Nhưng tôi và bạn không ly được cái đã nhận nhầm từ vô thủy đó, và trong kiếp người nó là phương tiện thọ hưởng tài danh sắc thực thùy, chúng ta chấp vào ảo giác và huyễn giác. Chúng ta sẽ thấy rõ một miếng ăn đặt vào miệng hay mùi vị xốc lên mũi, chính là lúc tấm gương làm hiển lộ cái biết đã lưu đâu đó trong ta. Nếu ta biết chừng lặng để nhận cảm xúc, sẽ thấy mọi thứ hiển lộ qua sáu căn chỉ là những thông tin. Thông tin đau, thông tin buồn, thông tin chua cay mặn chát, thông tin ngọt ngào, thông tin âm thanh trầm bổng, thông tin vọng… Những thông tin báo lên não liền được so sánh với những thứ lưu trong tàng thức rồi chiếu ngược trở ra khiến ta khởi chấp trước - đây cũng là một thông tin nốt. Bạn nhiều lúc lặng trong cái không, cảm giác như vọng niệm đang lặng lẽ soi gương; cảm giác giữa cái không biết bên trong và hư không trước mặt đồng thể. Quán chiếu về những thông tin sẽ thấy thân của chúng ta nhạt bớt, chỉ còn những thông tin vụt hiện như sao băng giữa đêm đen mà chính ta đang tan vào nó. Để thấy bạn và tôi sống trọn trong ảo ảnh. Nói đúng hơn, chúng ta chỉ là một hình nộm tự nhận là mình trong lâu đài ảo ảnh. Rõ ràng ai chửi ta dẫu đau mấy nặng nề mấy thì thoáng đã tan, nhưng ta vẫn tưởng lại để hờn giận buồn đau; có người để bụng một câu thành thù cho đến chết mắt còn trợn ngược. Chúng ta sập bẫy ảo giác. Những ảo tưởng có sức mạnh hơn cả gông cùm. Chúng ta không chịu để cơn đau buồn trôi đi mà luôn níu lại vời gọi để gặm nhấm tự hủy diệt mình trong một thực tại miên viễn. Tôi có thói quen nhấp cà phê sáng. Đến một ngày vắng, tôi nhớ cái khung cảnh ấy, ảo tưởng về con đường đó góc nhìn đó; ảo tưởng về hương vị cà phê lưu trong trí não. Là ảo. Ảo ảnh có sức hút phi thường, tôi không dùng tri thức hay bất cứ quyền lực nào gỡ bỏ. Ảo ảnh dĩ nhiên không có công năng trói cột. Nhưng ta tưởng nó thật nên kết tụ thành bản tánh, rồi biện hộ bằng mọi lý lẽ chấp giữ. Đấy là nguyên do Phật giảng ngũ ấm ma. Là nguyên do chúng ta rất khó thể nhập vào không gian nhiệm mầu của Pháp. Trong sự lộng lẫy xa hoa của lâu đài ảo tưởng, bản thân tôi luôn muốn kiếm tìm một thứ gì hơn nó, mà đâu hay ngay từ bước đầu tiên đã lầm đường lạc lối. Phật dạy hãy dừng mọi chấp trước, để thế giới trôi qua. Hãy buông xuôi mọi sự; tôi lại ghì chặt. Chúng ta đang cầm những chiếc kẹo, bậc chánh giác thấy liền thốt lên: con ơi độc đó, buông ra. Một đứa trẻ lúc biết đến những món đồ chơi dục lạc sẽ buông tay khỏi mẹ nó. Dẫu những thứ đồ chơi kia có lúc khiến nó hoảng sợ, khiến nó đau thấu tim can song chưa dễ gì buông bỏ, chưa dễ gì chạy ngược trở lại òa vào vòng tay chờ đón của Mẹ. Nghĩ mà buồn cái buồn của *thọ ấm*, như lời thầy tôi thường bảo chúng sanh thích chọn con đường gai góc lầy lội, thích liếm dục như mật ngọt trên lưỡi dao bén của sự thật. Tôi nhớ một vị hòa thượng giảng, chúng ta mê sắc dục chẳng khác con chó đói gặm xương khô, gặm mãi khiến lúc máu miệng chảy nó lại tưởng máu từ cục xương nên cứ gặm và liếp láp cho đến kiệt sức. Các vị tổ sư luôn đứng trên cao nhìn xuống, chỗ nào có hầm hố đều biết; lũ trẻ ranh như tôi và bạn thì ham chơi, bịt tai trước thánh huấn. Không tin. Tôi cần ở Phật một trí tuệ nào ghê gớm hơn sự buông. Tôi cần nắm giữ dục lạc thế gian và học Phật. Tôi cầm nắm ngũ dục lại cầu Phật ban cho ngọn đèn để soi con đường xa thẳm phía trước. Ai hay ngay khi bước đi chính là gạt chân lý qua một bên rồi; bởi trong ta đã sẵn tánh giác. Tôi thường liên tưởng đến kho báu đức năng trí tuệ của Phật, chúng ta ai cũng có thể thò tay lấy ra bất cứ thứ gì. Điều thiết yếu là phải đến với kho báu đó bằng hai bàn tay trắng (sự chấp trước phân biệt).

Tay trắng không có nghĩa hoàn toàn trắng tay. Cũng như ai cũng nghĩ tâm thanh tịnh là tuyệt nhiên không có vọng niệm. Điều này chỉ đúng với những hành giả chuyên tâm trong mấy năm đầu, dĩ nhiên đây là tầng công phu căn bản trọng yếu. Khởi tu *định thường tại* là thấy mọi việc như nó vốn vậy, nó diễn ra như thế nào thì cứ nhìn nó như vậy, không thêm bớt, chẳng đẩy ra cũng không ôm vào nặng bụng. Bạn tu dụng pháp này và chuyên niệm một câu kinh, đến một ngày những vọng niệm chán chường với chính nó, chúng thấy vô nghĩa, yếu đuối và tự tan ngay khi gặp niệm lực của câu kinh chuyên được niệm. Chúng ta cần học cách *bao dung*, bao dung bằng trí tuệ của từ bi hàm nghĩa sâu xa gồm cả cái xấu, cái dở, cái chưa thiện hầu mong họ nhận ra lỗi lầm để chuyển hóa, mới là Từ Bi chân thật. Sự bao dung khi chúng ta đã thấm nghiệp quả của cái ác quá thảm. *Âm thầm* từ bi với điều xấu ác để tìm phương tiện giúp họ đi ra, là ta đang rọi những tia sáng đến những tâm thức tối tăm lầm lỡ có một hy vọng quay về. Tâm thức vốn là một bộ máy tinh vi chuyên lừa đảo tôi và bạn. Chúng ta thích bị lừa bởi sự lừa luôn bọc một lớp ngọt ngào man trá. Số đông chỉ cần đến vậy, lúc chạm chút đắng cay họ liền chuyển qua một trò chơi khác, cứ thế luân chuyển từ trò chơi này đến cuộc chơi trọn đời nếm hưởng sự giả tạo dịu dàng của ma.

Phật pháp là con đường đưa đến hạnh phúc an lạc tối hậu, vĩnh viễn thoát khổ. Song người ta bỏ qua con đường từ nhà đến Tam bảo, nó nhiều gian nan thử thánh. Chân lý hiển nhiên là trong lành mát dịu tuyệt cùng. Song ở đây nên thí dụ ngược lại. Ví von chân lý như mặt trời, thì ta càng tiếp cận càng nóng bức và trước hết không chân thành cung kính dễ chừng bị thiêu cháy. Có những hành động vĩ đại, chẳng như lúc tôi đang ngồi trầm tư bên ly cà phê, thì có hai bàn tay chai sần gầy guộc chìa trước mặt lúc nào không hay; con người già nua ấy thốt lên với đứa trẻ nít là tôi rằng: Cho con xin vài ngàn! - Với riêng tôi lúc đó, tôi gọi ấy là hành động vĩ đại. Hơn thế, nếu tôi biết cung kính cúi lạy (ít nhất trong tự tâm) những con người như vậy, cùng tất thảy những con người từng (và mãi mãi) chê bai sỉ mắng, coi thường tôi, hẳn Phật sẽ nói hành động của con - lành thay! Tâm cung kính khởi sanh (không phải là hành động đối trọng với bất kính) là ta đang mở một ô cửa nhỏ và không phải khiến ánh sáng từ ngoài tràn vào mà chính là một tia quang minh vốn sẵn chiếu ra.

Phật dĩ nhiên không mảy may chấp tướng, các Ngài chẳng mảy may khởi tâm động niệm trước mọi hành vi của chúng sanh đối với các Ngài. Chúng ta chưa cung kính Phật đã tự "miễn lễ" cho mình, là một bước ảo tưởng vượt thoát. Chúng ta chưa thật thấy cung kính Phật như một ân nhân vừa cứu mạng mình cũng như cứu mạng hết thảy người thân của mình, sao mong nhìn cho ra chân tánh, bởi trong chân tánh chẳng những đương nhiên có cung kính Phật, mà còn là cung kính hết thảy chúng sanh. Tôi vẫn thường lễ Phật trước thời công phu tĩnh tọa, rồi một lần bỗng giật mình: Tôi lễ Phật cung kính lắm, nhưng (tự tâm) không lễ nổi hành vi nhặt rác của một người tầm thường từng gặp, không lễ nổi những người gây hại tôi và những người từng dẫm đạp lên niềm tin tối hậu của tôi. Tôi lễ Phật rất dẻo song khi thấy người ta tới xin uống chỗ nước thừa của mình, tôi chỉ biết co rúm cứng đờ không dám chắp tay trước bao con mắt trong quán, nói gì cúi đầu và sụp lạy sự "vô ngã" kia dẫu trong tưởng tượng. Rất nhiều người họ vượt qua được ngã chấp nhẹ nhàng, còn tôi học Phật mãi vẫn thấy mình cao sang để rồi xem thường luôn cả những bậc đang tìm mọi cách vớt mình khỏi đầm ác trược. Đến đây tôi đã biết mình đang đứng ở rất xa chân lý. Tôi lờ mờ thấy chân lý song đang thoái chí. Tôi run gối chùng chân trong từng bước và đôi khi đã bỏ chạy. Rồi tiếc ngẩn ngơ, rồi bao phen gượng dậy, bao phen được bạn tu và thầy dìu dắt tiến thêm, rốt cục vẫn *ở đây* gắng làm một phàm phu. Thẹn với lòng chưa thể Buông những thứ ràng buộc vào mình tưởng hữu ích, rốt cuộc chỉ là biện hộ cho chấp thủ. Bao lần thầy dạy hãy *tri túc*. Nơi con săn đủ, hãy buông và đừng làm thêm nữa. Hãy tận dụng cái sẵn đủ và ở đó. Đừng ảo tưởng phải nhìn cho xuyên tường hay thâm nhập cảnh giới nào khác để rồi chấp nhận lời mời kết bạn của ma. Tôi ừ dạ, rồi lại lén lút vun trồng ngã ái rong chơi bên bờ vực không đáy.

Có những lúc hổ thẹn khôn cùng. Trong bóng tối đêm đen, rõ ràng yêu quỷ vẫn đứng đó cổ vũ cho tham đắm si mê của mình, rồi tha hồ diễu cợt. Tôi đòi dở trò gì qua mặt ai. Rồi chợt linh cảm chư Phật-Bồ tát vẫn đứng đó lặng lẽ nhìn mình, nhìn và nhìn. Bỗng nhiên tôi nghĩ, chư Phật-Bồ tát đó chính là chân tâm mình; có một chân tâm luôn đứng đó nhìn cái vọng trong tôi. Tâm soi tâm. Chân tâm luôn đứng đó nhìn và chỉ nhìn, một sự quan sát đơn thuần nhưng sâu sắc cùng tột. Những vọng trong tôi bị lộ và cúi mặt. Những vọng trong tôi yếu đuối dần trước ánh nhìn đầy bi mẫn và "bất động" của chân tâm, dẫu những vọng ngày càng sắc nét và sống động. Trong khung cảnh ấy bỗng vang lên một âm thanh trong khiết: Giả như con nhìn thấy ngọn núi chăng nữa, con cũng chưa chạm đến ngọn núi ấy đúng không? Mà dẫu con tu đến ngày bạc tóc, trèo lên được ngọn núi hay đứng trên ngọn núi chăng nữa, con cũng chưa phải là ngọn núi ấy trừ phi con tan loãng vào hư không, tan loãng vào những thứ tầm thường nhất và dĩ nhiên không còn thấy ngọn núi nào trong con.

Tập sống với tánh giác sẽ khiến thân kiến nhạt đi. Tánh giác ở đây, là *tính* giác; một cái tự nhiên *"có tính chất tự biết giác"*. Tôi dùng ngôn từ *tánh giác* âu là lạm dụng bởi trong ấy có chữ "tánh" mà chỉ những bậc chứng ngộ chạm vào. Sống với tánh giác đã khó; mà dẫu từ thân chuyển dần thành tánh giác rồi thì vẫn còn cái tánh giác đó để dụng công xóa đi. Thầy tôi diễn ý kinh Lăng Nghiêm: Hãy tu cho đặng thuần một tánh giác, là không có cái đau và cái biết đau nữa, không còn tướng sở văn rồi đến tướng năng văn cũng dứt; năng giác sở giác đều không. Là bởi "tánh giác là chơn không". Thầy còn nhắc lời Hòa thượng Duy Lực: "Hầm sâu giải thoát". Tôi nghe bỗng lạnh người. Vẫn ghì nắm giấc mơ. Một giấc mơ lưu luyến một giấc mơ. Một ảo ảnh chồng lên ảo ảnh. Vẫn như lời thầy còn vang: *Buông nó ra con à*. Tôi mơ hồ chợt nhớ khoảnh khắc mơ thấy mình rơi tự do giữa không trung, nhưng rồi lại giãy giụa vươn tay bám níu sợ hãi cú rơi làm tan nát lâu đài ảo ảnh đã dày công muôn kiếp tạo dựng. Tôi và bạn, chúng ta vẫn đem tâm kết thân với ngoại đạo bày trò nhảy múa trong lâu đài ảo ảnh; mặc cho tánh giác vẫn từng sát na thâu lại làm tư liệu gửi vào hư không bổ sung vào hồ sơ ra ngoài tam giới, như là một ảo tưởng mới.

Chương 5

Thì là gãy nhịp hư vinh
Thì là nương một câu kinh qua bờ

Giới Định Tuệ làm đích phá chấp ngã là "pháp môn độc diệu" để phân định giữa pháp giải thoát và tà pháp.

Tâm ý thức phân biệt chấp trước, là nơi sở hữu mọi ấn tượng để chiếu lên màn ảnh luân hồi. Tâm càng thanh tịnh nhờ tập buông vọng tưởng chấp trước thế sự, buông ý thức, sẽ thấu cái biết của ta chỉ là sự khởi vọng niệm trên cái biết vốn sẵn. Lìa tâm ý thức không phải còn tìm một tâm khác đặt vào, mà ngay lúc lìa đã là chỗ của sự sáng suốt, của ánh quang minh le lói.

Cõi nhân gian âu là sự phóng chiếu của tâm thức nghiệp báo, song cũng là sự hiện tướng trong màn hình chân như. Khoa học hiện đại thật sự ngạc nhiên khi nhìn thấy lỗ hổng thời gian và đang dần hoài nghi về không gian, như chính *thời-không* từng xuất hiện và biến mất trong giấc mơ qua sự thể nghiệm của chính ta. Trần ai huyễn mộng - chân lý này phải bậc triệt ngộ mới thể nhập thông qua *thiền-tuệ*, ngoài ra không cách gì chứng dẫu khoa học có phát triển đến ngưỡng như những nền văn minh trước trái đất từng hoại diệt chăng nữa. Học, rồi hành theo lời Đức Phật nhằm thấu tỏ vạn pháp huyễn giả để buông xuống. Khi ta buông xuống cái không phải chân lý, ngay đó là chân lý, không cần thêm vào bất cứ gì. Nhưng vẫn còn một cái ta biết/"sở hữu" chân lý đó cũng cần buông để trở về cái như nhiên thuần thiện, thuần tịnh và thuần lợi người cùng vạn vật - cái này khi dùng ngôn ngữ diễn tả, phải chăng người ta gọi nó là chân lý tối thượng? Nói vậy cũng đã lộng ngôn, bởi giả như cái mà tôi có thể hiểu đến trong lúc chưa chút thật chứng, âu cũng chỉ là cái thấy trong mộng mà thôi.

Có lần chợt nhận, mình chỉ là một khán giả đang xem bộ phim cuộc đời trên màn ảnh rộng dương gian. Bởi sống bằng tình thức nên biết phim là cảnh ảo vẫn buồn vui hờn giận, vẫn tham sân si mạn với các trường đoạn, các nhân vật ở nhiều vai tương phản khác nhau. Đã tưởng đến cảnh nơi trường quay, vài ba phút, diễn viên đang khóc than hay vui sướng tột cùng, đạo diễn hô "cắt", cứ thế lướt nối 24h/s để thành nội dung phim; vậy mà tôi xem một đoạn lại muốn chỉnh sửa kịch bản, muốn nhân vật này tốt thêm chút ít, trách nhân vật kia không đòi lại công bằng; nhân vật chính sao lui sau cánh gà còn nhân vật phụ thì nhảy lên những bậc thang danh vọng. Tôi muốn chỉnh sửa một bộ phim đã đóng xong, trình chiếu và tệ hơn, tôi chỉ là một kẻ xem lại cái kết đã được lập trình theo từng ý niệm của chính tôi. Tôi luôn khởi cái ý nghĩ thay trời hành đạo, đòi lại công bằng trong lúc tất thảy nhân vật đều đang vận hành theo nghiệp thức tơ hào không sai của tiến trình nhân - duyên - quả trong mỗi khoảnh khắc. Tôi giơ những khuôn nghiệp tồn lưu từ nhiều kiếp và cả kiếp này, kiên cố, chấp chặt, chụp mọi thứ sao cho vừa rồi tự ngắm nghía thành quả. Sự phân biệt và chấp trước tạo nên vọng tâm. Sự phân biệt chấp trước của riêng tôi bóp méo mọi cảnh trần, bóp hiền nhân ra phàm tình, bóp kinh điển thành sở học hẹp hòi rồi xem đó là chuẩn mực tri kiến. Thầy tôi luôn bảo những điều con nói chỉ tạm đúng với con lúc này;

và nếu tin mình còn tiến thì những điều này sẽ không còn đúng với con trong tương lai nữa. Việc của con là buông mọi phân biệt chấp trước lúc đối cảnh duyên trần, không chừa khoảng thời không và sự việc tủn mủn bé mọn nào. Buông hết, tất cả con hiểu không. Buông chúng ra, tất cả, những phân biệt và chấp trước đối với lục trần nhân thế.

Tôi vẫn muốn lập ra một tòa án mới để làm chủ trong sự phán xét dựa trên những nguyên lý học được. Tôi chưa tin nghiệp tơ hào không sai theo nhân khởi sinh trong từng ý niệm. Chưa tin vạn pháp vô thường khắc khắc biến hoại. Cũng nhờ nó vô thường biến hoại, bạn và tôi mới có thể chuyển được nghiệp bằng ý niệm và hành vi thiện lành trong khuôn khổ những lời Phật dạy. Sự đổi sao đổi số phải chuyển từ ý niệm và dùng tài vật cúng dường Tam bảo, hành thiện pháp. Nhưng cũng may tôi không lấy cái Pháp mình học được để chụp lên đối tượng lúc chưa đủ duyên. Dẫu rằng cái sự chấp trước và phân biệt của tôi vẫn đang là tâm bệnh quá nặng chưa ngày một ngày hai giải giảm độc tố. Nghĩ đến nơi mình làm việc, đang yên lành, chợt một ngày có nhân viên mới. Cảm nghiệm từ chút tài mọn của mình và đồng nghiệp cũ, tôi thấy người nhân viên mới này khờ khờ dôn dốt sao vào làm ở một cơ quan "trí tuệ" này. Tôi phân biệt, chấp trước, và dĩ nhiên, vọng động với khuôn nghiệp của mình chiếu/chụp lên người nhân viên mới. Nó là độc, như loài vi rút ăn trong tạng thức. Bỗng một ngày, trong giấc mơ tôi nhận được thông tin, rằng người nhân viên mới là "mật vụ" nương vào cơ quan, họ rất siêu. Tin này khiến tôi bàng hoàng, không tin mình vừa mơ. Rồi tôi tập quán chiếu. Nếu họ không là mật vụ chăng nữa thì họ là thân quyến của vị sếp thanh liêm đức độ trên cao. Cũng có thể họ là Bồ tát hóa hiện âm thầm khờ khạo để độ người có duyên. (Này tôi ơi, Bồ tát tái lai, kinh dạy họ cực kỳ giống người phàm, chẳng ai nhận ra đâu nhé. Họ phần lớn theo lớp "thấp học", thị hiện sự thua thiệt, sự thấp bé để dạy chúng ta chân lý tối thượng của Tuệ Vô Ngã). Mà dẫu họ không là Bồ tát chăng nữa thì đúng nhất, bất cứ ai cũng là con của Phật, kể cả ma quỷ! Tôi chưa quán nổi điều này, nhưng tôi mang ơn nhiều nhất với ân sư, nên tôi nghĩ ai cũng là con của ân sư. Con của ân sư, năm ngón có ngón ngắn ngón dài, đứa học lớp một, cũng có đứa học đại học, đứa mang học hàm học vị, song đều là con của ân sư, đều trong từng giây phút không nằm ngoài sự thấy biết "của ân sư của ân sư - là Phật", và hơn hết đều đang được chư Phật-Bồ tát tìm mọi phương tiện giáo hóa như ta đang nhận hồng ân ánh sáng mà chẳng hiểu nổi. Bạn tu nhắc tôi về vị Bồ tát

Thường Bất Khinh trong kinh Pháp Hoa. Ngài *thường bất khinh* mọi chúng sanh, với câu nói: "Tôi không dám khinh thường quý vị, quý vị đều sẽ làm Phật", nghĩa gần nhất là "quý vị đều có Phật tánh". Từ đó bạn tu gặp ai và gặp bất cứ con vật gì đều thầm *cung kính* khởi niệm: "Tôi không dám mảy may xem thường quý vị, bởi quý vị đều là con của ân sư".

Ân sư "của tôi" dạy, đừng nói sở chấp, mà ngay đến cái năng chấp của con cũng không nốt. Từ cái tự biết chiếu soi, tôi lờ mờ hiểu cái sở chấp người nhân viên mới trên là vô lý/vô tự thể, ngay đến cái khởi chấp trong tôi cũng hư giả, như chính cơn tham sân vậy. Duyên vừa ló mặt, nó liền bật lên như một phản ứng tự nhiên mà "cái tôi" hoàn toàn không kịp trở tay, tức tôi cũng không có mà đơn thuần chỉ là cái giác biết. Và từ định lực của cái giác biết nhờ chuyên trì niệm một câu kinh, bạn tu bảo mọi vọng niệm phân biệt chấp trước, mọi tướng của tham sân si sẽ dần bị rút năng lượng. *Tướng*, dĩ nhiên không mất, song một khi năng lượng bị rút đồng nghĩa với việc *nó* tự thấy mình hư giả, vô nghĩa, vô y cứ nên dần tan đi như sương khói. Từ đây mới linh cảm, "tưởng uẩn về không", không là các "tướng của tưởng" hiện lên như một tập khí của bộ máy tâm thức khi căn tiếp trần (hoặc "tự hiện") song nó có năng lượng để tiếp sức cho thực tại [một khi bị định và tuệ soi chiếu], nên có tướng mà không tướng. Nói dễ vậy, bởi bạn và tôi luôn dính tướng, luôn lưu lại ấn tượng trần cảnh, chưa chịu nhận vạn pháp đều *Như*, tức đều không ra ngoài nhân quả trong từng khắc biến chuyển của tâm ý thức. Sao tôi không tin nổi vạn pháp đều như. Bạn tu bảo do tôi không tin nhân quả, đúng hơn, tôi tin nhân quả cạn. Tu là một quá trình tin sâu thêm nhân quả. Tin, quan sát nhân quả trong đời sống chung quanh mình và nó xảy ra ngay nơi bản thân mình, đó cũng có thể hiểu là phần "chứng"/thấy nhân quả; đây mới thực tin. Tin nhân quả chính ngay đó sự ám muội vô minh đang tản dần. Một hành giả dẫu ở giữa chợ trời, một khi thâm tín nhân quả họ sẽ dong tay lên trời mà đi, không hề khởi ý niệm phân biệt chấp trước ngoại duyên, ấy là lúc hiểu chút ít về *nghĩa như* của vạn pháp. Hiểu ở bề vỏ của ngôn ngữ thôi, bởi căn tánh hạ liệt như tôi so với thời các đệ tử của Đức Phật còn tại thế đã nghiệp tội và tập khí quá dày. Càng nghiệm, càng hiểu sao ân sư lâu lâu lại nhắc tôi, giới luật rất quan trọng. Không có giới thì mọi cái tôi tu đều nằm trong sự hiểu thường thức thế gian. Bạn và tôi vẫn hay có suy nghĩ nông cạn và ngây thơ, rằng học Bát nhã hay Thượng thừa thì không cần những tầng dưới; trong lúc muốn đủ phước làm người phải hành ngũ giới; muốn đủ phước làm thiên nhân phải ngũ giới cộng thêm thập thiện; muốn đủ phước trí tu thanh văn phải trọn ngũ giới cùng thập thiện và sa di luật - cụ túc giới; còn tu theo Bồ tát thừa thì ngoài các tầng giới luật ấy còn tu lục độ vạn hạnh, hành giả chuyên vào giới tâm ý tham sân si mạn, trọng yếu tu hạnh Phổ Hiền với điều đầu tiên quyết là *Lễ kính chư Phật*, là lễ kính bất cứ ai, bất cứ chúng sanh thuộc loài nào bởi đều là "Phật vị lai". Đức Phật chia giới dành riêng cho người tại gia, không phải vì thế mà "thiệt thòi" hơn, bởi pháp vốn bất định, tùy căn cơ đều có thể nhận được lý cao nhất. Kinh có thể thọ trì một bộ, còn giới cần học sâu và rộng để làm nền tảng cho định tuệ. Lý luôn ẩn trong sự, cái tối thượng sẵn trong những điều bình phàm. Điều trọng yếu là nó vẫn hợp và chưa hợp với từng căn cơ xét ở trong đời này. Bậc minh sư cũng như thần y, quán rõ bệnh và bốc đúng thuốc. Trên đời chẳng có gì dễ dàng, huống hồ ai muốn giành lại huệ mạng từ hố thẳm vô minh và ma vương; nên rốt cùng vẫn tự hỏi ta đã chịu uống đúng liều thuốc được kê (riêng) cho mình hay chưa? Kinh viết: "Không trước học Tiểu thừa sau học Đại thừa, không phải đệ tử Phật", hẳn nhiên muốn trọng yếu khuyến hành giới luật, hành Tứ niệm xứ để dần thấy nghĩa thâm diệu của Vô thường, Vô ngã, và… vô nghĩa. Từ đó phát định và tuệ lực quán chiếu, để hiểu thêm những tầng nghĩa mới của lời Phật. Tôi chấp chặt nghĩa kinh, trong lúc kinh vô lượng nghĩa, và nó đúng với từng tầng tin sâu nhân quả, tin vạn pháp như nghĩa. Những nhà khoa học, triết học được cả thế giới trọng vọng, nếu chẳng tin nhân quả, thực chất cái họ đang có vẫn nằm trong tri thức, chưa duyên tới trí tuệ. Bởi trí tuệ là một hành trình ly huyễn, ly tâm ý thức; là một quá trình nghiêm trì giới luật để có định lực rồi quán chiếu vạn pháp thật tướng vốn bình đẳng diệu dụng. Sở tri dẫu cao đến đâu lại không tin nhân quả, cũng như một hoàng tử từ nhỏ chỉ sống trong Hoàng cung, sướng như tiên và được các vị thầy giỏi nhất thế gian giảng dạy. Nhưng rồi một ngày có người nông dân nói với hoàng tử rằng, ngoài kia có nắng, mưa, bão tố. Vị hoàng tử không tin điều này, liệu có được chăng? Từ mặt đất thô thiển mà ngước lên, có ai không tin sự thật (như mưa nắng) lại có thể gọi là người trí? Không tin *nhân quả báo ứng*, không tin *luân hồi sinh tử xoay vần theo nghiệp báo*, không tin *cõi Phật thuần khiết tinh khôi*, nghĩa là tôi đã không tin *cái sự thật* vẫn từng khoảnh khắc ảnh hưởng đến vận mạng của mình thông qua từng ý niệm khởi sinh. Thế giới ước tính hơn 90% "năng lượng tối" trong vũ trụ chưa hề được khám phá, thì mỗi chúng ta dẫu là thiên tài vẫn đang sử dụng phần thô lậu của kiếp người vô ngần quý giá, vô cùng hiếm cơ duyên tin nhận rồi *thực hành* giáo lý tối thượng từ Đức Phật.

Năng lượng thế giới siêu hình chiếm 96% nhưng nó nằm ngay trong Tâm, do đó việc khám phá chỉ có thể hướng vào nội giới theo kinh điển từ hơn ba ngàn năm trước và ngày càng lấp lánh dưới ánh nhìn của ngành khoa học tiên phong mở hướng nhìn về "miền tối" vô biên đang từng đêm được thắp lên những ngọn nến. Chư Phật và Bồ tát không phải là nhữn vị thần ban phước giáng họa theo nghĩa tôn giáo [điều]. Đức Phật, "đơn giản" là bậc chứng ngộ toàn triệt về vũ trụ nhân sinh. Ở cấp độ vũ trụ, đó là cái nhìn toàn chân về vô biên dải ngân hà, mà một dải đã có hàng trăm tỉ hành tinh lớn hơn trái đất, và dĩ nhiên ở tầng tâm thức này dung chứa nhiều không gian sống của các loại chúng sanh bên cạnh con người. Về nhân sinh, lời đức Phật là cái nhìn thấu suốt tận nguồn điều gì luôn tước đi phước báu - thọ mạng - trí tuệ của con người. Ai học Phật và đặc biệt hành trì giáo giới, qua sự quan sát ở chính bản thân mình cũng như cuộc sống chung quanh đều dễ dàng nhận ra: "bóng ma" lạnh lùng tước đi phước báu, thọ mạng và trí tuệ của con người chính là ta sống ngược những điều mà đức Phật đã nhìn thấy như Ngũ giới, Thập thiện v.v. Người dẫu sắc nước hương trời, người dẫu tài năng phát tiết từ trẻ, song càng đi càng vô hồn biến dạng, càng cùn mòn rồi về già o bế, còn với người *hành đúng pháp* luôn ngược lại, càng già càng tinh anh, càng cuốn hút. Xét ở khoa học, vật lý, triết học, y học, tâm lý học hiện đại để soi chiếu, con đường thoát khổ đau không ngoài việc thực hành giáo-giới nhà Phật, chỉ con đường này ta mới thực cắn được vào trái táo thiên đường khiến vị ngọt thanh tứa ra nơi đầu lưỡi. Ngay cả khi, chẳng hạn, bạn đang tinh tấn hành một pháp môn từ Kinh điển mà không "trì giới một cách thông minh" dưới sự hướng dẫn của *bậc ân sư*, sớm hay muộn cũng nhận quả đắng từ núi nghiệp lực cõng từ tiền kiếp và trong từng giây phút đang tạo tác mà chẳng hay.

Con người là sự kết hợp giữa vật chất và tinh thần, nương vào năng lượng "cái không" thuần túy như không khí, ánh nắng, gió và hơn hết là một thế giới tâm linh lồng lộng nhiều cảnh giới. Nương vào hơn chín mươi phần trăm cái tưởng chừng vô tri, chúng ta lại chỉ tri ân phần nhỏ nhoi của chút phần trăm cái kiến tạo nên mình khiến ngã chấp được dựng lập rồi khu biệt với toàn thể. Những ý niệm khởi sinh theo duyên nghiệp là tướng trạng của Tâm, và mỗi mỗi ý niệm sẽ tác động đến hư không pháp giới nhiễm ô hay thanh tịnh. Hiếm ai trong thế gian lại không đi tìm *quả* hạnh phúc, song phần nhiều cái ta đang thực hành sống lại là *nhân* của khổ đau. Chúng ta hầu như bị nghiệp dĩ thôi thúc. Chúng ta là con rối của nghiệp lực quá khứ (là sự khởi dụng của các chủng tử trong alaya khi gặp duyên bên ngoài thông qua sáu căn. Thầy tôi bảo, con vẫn chưa tin con chính là siêu rô-bốt hoạt dụng bằng bộ máy *tâm ý thức*! Hãy thực hành chuyên niệm một câu kinh để tuồn vào alaya vô số *một loại* hạt giống trắng để *chuyển hóa* những hạt giống đen. Ấy là chập chững hướng về tương lai, mà tương lai không nằm ngoài thực tại. Cái *thực tại* chúng ta cần nương vào để chiêm cảm về hơi ấm của *giác*, bởi thực tế không một chúng sanh nào trong sát na có thể ra khỏi thực tại, cũng như không thể ra khỏi chân tâm, nhưng bởi tôi và bạn đều sống với vọng chấp nên càng tìm cầu càng xa rời chính nó. Từ nhận định của những vị có trí lực, tương lai gần khoa học sẽ dễ dàng trong việc sáng chế ra loại máy khuếch đại ý niệm của mỗi người thành ngôn ngữ. Điều này có vẻ thiếu nhân quyền nhưng là tất yếu của quyền năng tư tưởng, dẫu rằng ý niệm sáng tạo nếu không được trí tuệ chân thật soi rọi để dụng đúng mức nhiều khi sẽ thành thảm họa. Và có lẽ một cái máy soi ý niệm phát xuất ảnh hưởng như thế nào đến pháp giới sẽ khiến mỗi ai tự biết xếp chỗ đứng cho mình… Khoa học phát triển siêu việt, dẫu sao vẫn chủ yếu hướng lên ngọn cành chứ chưa thật lần về cội gốc tâm ý thức quán chiếu tính huyễn giả của ý niệm cùng vạn vật âu là sự phóng chiếu qua những khuôn nghiệp, những định kiến và tập khí phiền não. Bắt đầu từ việc chuyển ý niệm bất thiện qua thuần thiện, từ ý niệm mê chấp cõi ảo thành ngộ dần lý chân như, ngay lúc ấy con người tự nhiên đã đóng góp lớn lao vào sự bình an của địa cầu, vào phần bí ẩn khôn cùng của vũ trụ.

Nhân quả là một quy luật tự nhiên thường hằng từ vô thủy đến vô chung. Một quy luật cộng trừ nhân chia liên tục từng giây phút phước nghiệp, thọ mạng của một người; nó "quy định" số phận của từng chúng sanh trong từng giây theo tâm ý của họ. Nhưng ta lại không tin điều này! Ân sư tôi dạy thiết yếu, đã phàm nhân tu, ở bất cứ pháp môn nào cũng trên nền Giới - Định - Tuệ, như 3 tầng của ngôi nhà; không có tầng thứ nhất, hai tầng trên lẽ nào xây giữa hư không?! Giới luật là nền móng; từ đây ai xây (pháp môn) gì tùy căn duyên. Giới Định Tuệ là "pháp môn độc diệu" để phân định giữa pháp giải thoát và tà pháp. Bậc tiểu học trong Trường Học Phật không giới mà muốn xây Bát nhã tức xây "lầu chọc trời" điều này cũng nguy hiểm đôi khi tương đương uống nhầm độc tố. Giới Định

Tuệ là căn nhà liền khối, chia ra là với hàng tập sự như tôi, thực ra với những hành giả chuyên theo hướng Bồ đề hạnh, khởi bất cứ ý niệm hay hành vi nào thuộc về "tam vô lậu" này đều sẵn đủ cả ba. Không ngoại trừ pháp tối thượng truyền thừa tu ngay giới đã gồm định và tuệ. Song về cơ bản người có định tuệ, họ luôn khiến cho giới được tinh nhuyễn hơn. Giới là năng lượng cho định tuệ từ phàm phu cho đến quả vị rốt ráo. Cho nên hành giả một khi có chút định tuệ bèn khởi ý buông giới là đang thoái lui. Giữ giới như là phương tiện giữ mạng, nó còn là phương pháp tối ưu đẩy hành giả dạt về phía hơi ấm của chân tánh. Chẳng hạn một người nhờ năm giới mười thiện trở nên cung kính với vạn pháp; cao thêm họ phá luôn cái ngã đang thực hành sự thuần thiện và cung kính ấy, trở thành một hoạt dụng tự nhiên, ấy là lúc đức tánh sẵn có chớm khởi dụng. Từ hiểu để hành âu là hành trình mà tôi và bạn khó xóa được dấu vết của tự ngã. Có lần đọc câu kinh Lăng Nghiêm "Tri kiến lập tri thị vô minh bổn", bỗng nhớ hai câu thơ trong Chinh phụ ngâm: *"Xanh kia thăm thẳm tầng trên/ Vì ai gây dựng cho nên nỗi này?"* Đã sẵn "Tri kiến" (*Xanh kia thăm thẳm tầng trên*), chúng ta lại "lập tri" (*gây dựng*); ấy là gốc của "vô minh" (*nên nỗi này*). Tu là *trở về*, trọng yếu ở kiến giải. Như ý chỉ trong kinh Pháp Hoa, Đức Phật xuất thế chỉ một đại sự khiến chúng sanh ngộ nhập Phật tri kiến. Tri kiến chính là Tuệ. Đỉnh cao của Đạo Phật là trí tuệ. Chúng ta có *cái tự biết*, đồng nghĩa với *cái không biết*. Nhưng, theo dấu chân Tổ sư, tôi thấy có bậc đã *kiến tánh*, triệt ngộ, thì họ vẫn quay trở lại thâm nhập *luật tạng* để "viên mãn" hạnh lợi tha. Không nỗ lực học và hành giới, ngay đến đệ tử chân truyền của đức Phật cũng "không có gì" để dạy bạn và tôi; mà họ có dạy cũng là phương tiện giúp ta thực hành giới chứ chưa mong muốn dạy gì thêm. Đức Phật biết hết mọi ý niệm nối nhau trong mỗi chúng sanh, nên sự chưa nhận được cảm ứng chính do ta chưa thật tu; chưa dụng công ở tin nhân quả nên chưa muốn trì giới. Thế nên các vị Bồ tát dẫu ẩn mật đâu đó giữa trần gian, họ không đến với tôi và bạn. Từ kinh Hoa Nghiêm, kinh Lăng Nghiêm, kinh Pháp Hoa, kinh Địa Tạng, chính sự chưa đến đó là từ bi chân thật một khi chúng ta chưa đủ tín tâm để thọ nhận thiện xảo của các Ngài ngược lại nhiều khi ta còn nghi ngờ ma đến nhiễu loạn. Đó cũng là lời khai thị sâu sắc của ân sư tôi, rằng: Phật đến cũng từ bi, không đến cũng là từ bi!

Kiến giải sai lầm là đầu mối của khổ đau. Tri kiến Phật phải bắt đầu từ việc lìa tâm ý thức, không còn tin "cái biết" là/của mình, mà nhận lấy "cái không biết" giác chiếu. Không thể tin kiến giải của mình, bởi ngay đến bậc chứng sơ quả cũng chưa có kiến giải thuần chân, huống hồ phàm phu tôi. Tin suy nghĩ sẽ bị cuốn theo nó. Nhận *cái không biết* để biết mọi tưởng trôi qua tâm tưởng và trí não chỉ là tri thức. Nhận cái không biết để dần dà thấy ta chỉ là một siêu rô-bốt tâm thức. Quán sát càng sâu sẽ thấy thân này chỉ là một cỗ máy bị ý niệm sai khiến; do không có định tuệ, tôi chưa hề kiểm soát được ý niệm và chỉ lờ mờ thấy được những ý niệm thô phù lội qua *cái tự thấy biết*. Thật đáng ngại, tương lai không xa thế giới sẽ dễ dàng tạo ra một con rô-bốt y hệt tôi về ngoại hình. Và nếu các nhà sáng chế quan sát tôi trong khoảng 1 năm, họ hiểu suy tư, sở thích, công việc, họ lập trình hết thảy vào trong con chíp cài vào *rô-bốt-tôi* rồi thả "tôi" giữa xã hội, ắt hẳn chẳng mấy ai tin nó không phải tôi. Thân kiến là cửa ải đầu tiên mà tôi còn mờ mịt về nó, thật đáng xót! Thân ví như máy xúc đất, còn bộ máy điều khiển bên trong ta hoàn toàn chưa biết tới. Ngay đến khoa học chứng thực trong sâu thắm tâm thức đã quyết định trước bộ não chúng ta đến 6 giây; một thời gian khiến những Phật tử nhạy cảm có thể bị choáng! Tôi tưởng đến trên mặt biển vô tận, có con thuyền không biết từ đâu hiện ra; ngay lúc thuyền hiện ra, tôi *cho là* tôi thấy/nghĩ; thực tế nó từ ngoài khơi xa tít, song đến lúc "lớn lên" trong mắt, vừa với khuôn nghiệp tôi mới "hiểu", và ngay lúc tôi thấy nó như chấm đen trên biển hẳn trong mắt của bậc chứng họ đã thấy con thuyền kia cập bến ở đâu. Bạn tu nhờ công phu chuyên trì niệm một câu kinh, lấy đó làm thực tại duy nhất trong mọi hoạt dụng, khiến cho tấm gương giác biết ngày một trong, nhìn thấy những ý niệm vi tế hơn; như 24h/s đã lừa ta sự động, càng ngày mỗi giây càng thấy nhiều ý niệm lướt nối hơn. Cũng như bậc Đẳng giác Bồ tát thấy vạn huyễn tướng chỉ là sự tương tục của hàng tỉ ý niệm trong một khảy móng tay. Tôi và bạn thì chỉ thấy được niệm thô lậu, chẳng hạn qua bộ não thấy được niệm C, lại không biết C chỉ là tương tục của niệm B; thấy được B lại không thấy tương tợ niệm là A; rồi có thấy A cũng không thấy tương tợ niệm là Z, v.v. Tâm càng thanh tịnh nhờ tập buông vọng tưởng chấp trước thế sự, buông tâm ý thức, sẽ thấu cái biết của ta chỉ là sự khởi vọng niệm trên cái biết vốn sẵn mỗi ngày nhờ thanh tịnh mà hiện rõ hơn những niệm vi tế tương tục nghiệp báo. Nhớ lần tôi ngồi chụp ảnh một mệ và một cô gái dân tộc ngồi dệt zèng, chốc chốc họ có hướng về nhau nói chuyện. Tôi cứ chụp, khoảng mấy giây một pô. Lâu sau, tôi dừng chụp và bấm hình lên xem; chẳng hiểu sao cứ giữ tay ở nút bấm, và chợt nhiên thấy đoạn phim quay chậm hai người đang dệt zèng thật sống động, thật ngạc nhiên. Sau này nghe ân sư giảng mới dần thấm ngộ. Nếu ta bị các hình động trong phim lừa "thật tướng" như thế nào, thì Phật và Bồ tát nhìn thấy huyễn tướng của ta giữa trần gian đơn thuần chỉ là sự tương tục của ý niệm. Thế nên kinh điển trước hết khiến chúng sanh nhận ra thật tướng huyễn ảo theo đúng chuẩn của nhân quả lập trình như một siêu máy tính chẳng sai trật mảy may, để buông phân biệt, chấp trước. Từ đây mới phát sanh sự sáng suốt trong từng hành động để hướng dẫn cho những người còn lầm mê bước thật đúng theo dấu chân đức Phật và thánh chúng đã đi. Xét ở tu Bát nhã, tức *hành* Lục độ, điều đầu tiên là Bố thí; tôi và bạn đã không hiểu nổi trong bố thí sẵn đủ nhẫn nhục, tinh tấn, thiền định, trí tuệ. Cũng như lúc ta nhẫn nhục, ngay đó hẳn nhiên đang/có lực của trí tuệ, đang/có định lực, đang/có sự tinh tấn trên đường đạo, và đương nhiên ngay đó ta đang bố thí sự vui vẻ và bình an cho đối phương (đang khiến ta *đang* nương vào nhẫn nhục). Ở nghĩa thông thường nhất, tôi từng không hiểu lợi người tức lợi mình, giúp người tức giúp mình. Càng bố thí càng giàu; càng giàu càng bố thí. Bố thí đến mức bạn chỉ là một nơi trung chuyển của phước đức, như bạn đang ngồi trên mâm cỗ xoay trăm món, xoay món nào đến thì bạn lấy một mẩu nhỏ, rồi để nhường cho nó xoay qua mọi người cùng hưởng, bạn không giữ lại gì. Tiến hóa tâm linh, trước nhất ta cần phước. Giả như trên trái đất này không hề có một ai cần giúp đỡ, ta biết nương vào đâu tu phước? Vậy, một người ăn xin đang tới, ấy là cơ hội cho ta, nên cần cảm ơn sự xuất hiện của họ. Thứ nữa ta cung kính họ chính bởi họ cũng là con của ân sư, là con của Phật. Nhưng tâm phàm như tôi được cái gì sẽ chấp vào đó. Nó sẽ chấp vào cái mác thiện lương, chấp vào phước hữu lậu; rồi nó sẽ khiến những người không bố thí được như nó buồn phiền; và rồi nó sẽ bực tức với cái ngã của chính nó dựng lên. Rồi…, nó phải nhận thấy cái nó đang cho và vật cho đều huyễn, đều không, đều là phương tiện vô thường. Thảy đều mộng. Sự tiếc nuối hay tự hào về ý nghĩ và hành động của ta đều vô thường và chung một bản chất mộng. Ta chỉ là nương vào mộng để tỉnh mộng mà thôi.

Không chấp nhận nổi thời gian và không gian đều ảo giả, đều không. Không chấp nhận đời là cơn đại mộng. Có lần thầy đưa tôi xem phim khoa học về "Lỗ hổng thời gian", khi thế giới vớt được vị thuyền trưởng và một nữ hành khách trên con tàu lịch sử sau 80 năm. Người ta phải lục lại hồ sơ kiểm định về hai con người này, thử ADN, thấy trùng khít với những người trên con tàu lịch sử mới tin nổi. Trong lúc lý thuyết khoa học giải thích về vấn đề này vẫn đang là giả định. Hai con người trên con tàu Titanic sau 80 năm song với họ chỉ là vừa bị đánh rớt khỏi tàu, vẫy vùng kêu cứu và duyên may được cứu; thế mà đã 80 năm! Rõ ràng thời gian vốn ảo. Nói theo Kinh, đời này chỉ là giấc mộng! Ân sư tôi giảng pháp có nhắc đến một người lúc nằm mơ, thấy mình lớn lên, lập gia đình, rồi già khọm; choàng tỉnh, té ra cả cuộc đời đầu tắt mặt tối trải qua trong mấy mươi năm chỉ là cơn mộng phút chốc. Từ sự chứng nghiệm khoa học dẫu còn mơ hồ, đã phần nào khiến chúng ta tin hơn về việc đại sư Trí Giả tụng kinh Pháp Hoa đắc chánh định, "lạc" vào Pháp hội của đức Phật đang còn thuyết pháp trên núi Linh Thứu! Tôi chợt nhớ câu trong kinh Kim Cang: "Nhất thiết pháp hữu vi/ Như mộng…". *Như* vượt qua nghĩa so sánh, *như* thật, như thật mộng. Như như. Chân như. *Như* là nghĩa tột cùng ở muôn pháp. Tôi chấp lấy cuộc sống này, chấp mọi thứ được nhập vào tâm ý thức. Không biết rằng tâm ý thức là phân biệt, chấp trước, là nơi sở hữu mọi ấn tượng để chiếu lên màn ảnh luân hồi. Một khi không khởi phân biệt chấp trước, không lưu ấn tượng, không còn tin suy nghĩ phán đoán nào khởi sinh (ngoại trừ câu kinh duy nhất đang trì niệm) là đang tập lìa tâm ý thức. Lìa tâm ý thức không phải còn tìm một tâm khác đặt vào, mà ngay lúc đang lìa đó đã là chỗ của sự sáng suốt, của ánh quang minh đang le lói. Thầy tôi trong nỗ lực "phá hoại" tất cả mọi sở đắc sở tri của bạn tu, còn luôn thúc trò chuyên niệm một câu kinh như cái chết sắp đến nơi. Câu kinh đó là thần lực, là thánh lực, là Phật lực, là *diệu lực*. Một khi câu kinh được chuyên tâm chấp trì, nó sẽ cảm hóa tất thảy vọng niệm, cảm hóa đến những vọng niệm xấu ác nhất như loài hổ bị rụng hết răng nanh móng vuốt và quỳ phục trước sự ban ơn của thần rừng. Thầy nhắc tôi, ân sư cho phép ta chấp vào một câu kinh duy nhất. Hãy chấp trì, chấp trước kiên cố nó. Con chấp vào câu kinh quá mãnh lực, và nương nhờ vào *Tánh lực* gia trì từ nó, sẽ tự nhiên được hút về theo đúng chu trình vạn pháp duy tâm của nhân quả. Ấy là cách duy nhất giúp thầy trò mình buông nhả dần mọi phân biệt chấp trước, buông ý thức kéo lôi sanh tử. Hãy chấp trước kiên cố vào câu kinh duy nhất làm thực tại duy nhất, trụ chắc chắn vào nó. Hãy để nó mọc rễ ăn sâu vào tâm của con như cổ thụ. Bộ rễ sẽ ăn sâu vào thức vọng động. Con chỉ một việc duy nhất ấy. Rồi một ngày bộ rễ của "câu kinh cổ thụ" tự nó sẽ làm rạn nứt tâm ý thức của con, và tự nhiên ánh quang minh sẽ chiếu ra cảnh trần để con nhìn thấy thật tướng bình đẳng của muôn pháp. Câu kinh duy nhất trong tâm ấy, nó tỏa hương nhi nhiên, không mang bất cứ một trọng trách nào. Câu kinh được kết thành chuỗi, thành khối miên mật rõ rành từng âm từng chữ cứ thầm diệu vang vang dâng lên trong tâm của hành giả như sóng cuộn dưới lòng đại dương trong lúc nhìn trên mặt biển là hoàn toàn phẳng lặng. Bạn tu "của tôi", tôi không biết đã niệm đến như lời thầy hay chưa song tôi cảm được định lực ẩn dưới khuôn mặt an nhiên ấy. Tôi có hỏi song chưa bao giờ nhận được câu trả lời; bạn cứ chỉ tôi hướng về thầy, còn thầy hướng tôi về phía thầy của thầy. Trong hàng ngàn bài giảng của ân sư, tôi lại thấy ân sư hướng tôi về phía đức Phật. Mà dường như đức Phật qua lời kinh đang chỉ vào Tâm tôi. Bỗng có lần, tôi cảm được đức Phật đang hướng tôi *về cõi tịnh bằng con thuyền tâm chuyên chở duy nhất một câu kinh làm thực tại.*

Chương 6

Thì là mộng tưởng xôn xao
Thì là bia miệng khắc đau dương phần

Tôi đã bước khá xa không gian thơ ngây ban đầu mà đức Phật luôn bảo hãy quay về. Sự sáng tạo dựng lập ngã chấp đứng trên một ngọn núi để thêm nhiều người nhìn thấy là đỉnh cao thất bại trong hành trình siêu vượt khổ đau.

Chúng ta sáng tạo ra thời gian rồi cưỡng chế vô biên vào ao tù của ý thức để vẫy vùng lên những làn sóng tự mãn buồn hiu. Chính thời gian quay trở lại bó chặt quyền năng sáng tạo vốn sẵn tính vô biên, hệ lụy loang qua những lý thuyết tân thời trượt chân bởi lớp rêu trên tuyệt lộ.

Tôi vẫn mơ về tuổi thơ hơn cả niềm nuối tiếc. Đó như một không gian thiền nguyên sơ trong khiết. Những đứa trẻ ở truồng hân hoan dưới cơn mưa rào, những đứa trẻ nhảy ùm xuống sông làng giữa ánh chiều lấp lóa. Càng lớn, tánh giác nhi nhiên bị nhuốm bởi *cái ta* cô lập. Đôi lúc nhìn một người phơi hình hài giữa phố, tôi chợt trồi lên ý nghĩ, rằng giá mình trở lại với tuổi thơ để được trần truồng. Có gì đó lù lù nặng nặng gắn nhãn mác sạch sẽ khiến tôi không hòa nổi với thiên nhiên. Lại có lúc thấy một người nhặt rác tươi ngời khuôn mặt trong công việc nhơ nhớp nhọc nhằn, thầm kính phục sao! Càng đi càng lún sâu vào phù phiếm hư huyễn. Tôi đã bước quá xa cái không gian thơ ngây ban đầu mà đức Phật luôn bảo hãy quay về. Bạn tu khuyên tôi thường quán sát chiêm nghiệm đời sống. Và tôi đã linh cảm con đường lội ngược tử sinh. Giả như tôi vươn theo mục tiêu thành một "thiên tai" của nhân loại hay làm chính khách. Tôi không dám nói mình sẽ thành được chính khách, nhưng có một điều dễ hiểu là con đường ấy dẫu qua bao chông gai và đòi hỏi trí lực lớn nhường nào cũng dễ hơn hành trình đi ngược, nghĩa là *trở về* thành những người tầm thường nhất thế gian. Ấy có thể là người quét rác, nhặt ve chai, lượm rác, bán vé số v.v, hoặc "dễ nhất" là người ăn xin. Khất thực với đúng nghĩa từ hình dáng tơ tướp của áo quần cho đến sự thấy mình thật nhỏ bé trước cơn đói tử sinh lang thang khắp nẻo chợ đường cùng cúi nhận từng miếng cơm cháy và mẩu đồ ăn thừa thẹo. Là quy trình ngược nguồn đầy thử thách. Càng đi họ sẽ gặp những người tầm thường, và mỗi lần gặp sẽ tự hỏi, vậy ra người này cũng cao hơn mình? Đi một đoạn nữa lại gặp một người kiêu mạn thậm chí chẳng xem Phật pháp ra gì, lại hỏi: Ta lại thấp hơn người này nữa rồi... Cứ vậy, cuộc hành trình ngược sẽ gần đích khi thế gian chẳng còn ai thấp hơn nữa. Bởi người này thấu rõ, mọi chúng sanh đều sống nhờ vào những ý niệm trong từng khoảnh khắc, và không một ý niệm nào ra khỏi đại viên kính trí của đức Phật. Phật chẳng rời một ai trong sát na và trong bất cứ cảnh giới nào. Chính vậy hết thảy chúng sanh đều là con của đức Phật; chỉ riêng ta là học trò của Ngài mà thôi. Ta không phát tâm cung kính hết mực một ai đó, tức người học trò ta đã xem thường vị thầy của mình rồi.

Đôi lần hiếm hoi cúi mặt nghiệm lại, mới hay sự lớn của tôi chính là lớn ngã chấp, lớn mạn nghi, phóng cái nhìn thiên lệch thông qua những khái niệm cứng nhắc và thông qua lăng kính của nghiệp báo mang theo từ muôn kiếp. Giật mình tự hỏi, có bao giờ một người mẹ xem cái sự lau rửa ỉa đái cho con thơ là công việc?, hoàn toàn không. Tôi và bạn lớn lên, cha mẹ lúc về già nằm một chỗ bậy bạ ra giường, con cái đứa này đùn đứa kia; người nhúng tay thì bịt khẩu trang nhăn mặt. Sự lớn của tôi là như vậy. Tôi vẫn thường tưởng lại hình bóng người đàn ông gặp ở khoa Cấp cứu dạo ấy; chỉ ông chăm mẹ, và cái việc đơn thuần lặng lẽ ấy khiến hết thảy y tá điều dưỡng và người thân bệnh nhân nể phục còn với riêng tôi luôn là sự hổ thẹn. Tôi ước sao có thể trở về quãng thời gian tâm hồn trong veo oe oe trên vòng tay mẹ, lúc nằm trong nôi đã thấy bầu trời lặng tờ in dưới một bản tâm trong vắt như thế nào, và quãng thời gian chập chững từng bước đầu tiên tôi liệu có nghĩ mình sẽ đến được vòng tay giang đón của mẹ-bổn-tâm hay không. Đó phải chăng là quãng ngắn tôi ở trong Đạo mà chẳng hay. Rồi cái sự lớn bắt đầu biết ích kỷ, tự lợi, biết ôm vào mình tài danh; tôi không hay mình đang tự nhốt trong lâu đài ảo ảnh lẫy lừng.

Tôi và bạn quá thông minh lọc lỏi trong đời sống, và chúng ta dễ *tự thấy* điều này khi tiếp cận Phật pháp trong nỗi kiêu mạn sâu thẳm. Chấp ngã, chấp pháp, chấp vào chút tri kiến "cao siêu"; "kiêu sao" khi tôi phóng ánh nhìn về những phận đời chưa may mắn hơn mình trong kiếp này trong khi hoàn toàn mù tịt về cảnh giới của vô lượng Bồ tát hóa hiện giữa nhân gian làm những "người dại". Nếu tôi là người dại, hẳn là đứa con cưng của nguyện lực cứu độ. Ân sư dạy: Ở mười pháp giới phải dùng lực tu hành, còn theo hướng *nhất chân* cần nhất buông vạn sự xuống để tự trôi theo nguyện vô công dụng hạnh mà cập bờ giác. Cuộc đời trôi như chiếc bóng, cái được mất tưởng của ta song xét cho cùng đều nằm giữa mênh mông biển người. Vẫn biết cuộc đời luôn biến hoại theo tạo hóa nào đâu dễ cưỡng. Vẫn biết con người mỗi bước đi là gần hơn với hố thẳm. Vẫn biết cuộc đời vô thường như chiếc lá, từ lúc nhú mầm là như chích vết đau vào hư không. Nhưng mấy ai chẳng nuối tiếc cuộc vui này mà bình an buông xuống lụy phiền nhân thế. Vẫn trộm nghĩ người tu cầu về cõi thanh cao thuần thiện, sự cầu đó dễ thành *ảo vọng* nếu không thực buông thư ta bà, chưa sẵn sàng *chết đi* để *sanh về*, nghĩa là vẫn ngồi đó nghĩ mình thông minh tỉnh táo với con thuyền chở nặng nghiệp lực nên toan tính đủ điều bao bọc hư vinh. Lạc thú là rễ độc cột ta như gông cùm, tôi và bạn lại không chịu tháo gỡ. Giá tôi nhận ra được sự nguy hiểm trên đường giải thoát khi *ghiền* một món dục lạc; âu cũng là đang giác. Ra khỏi *rễ độc* này, ngoài nỗ lực bản thân đương nhiên ta luôn cầu sự gia trì - thầy tôi nói đó mới không xem thường năng lực của chư Phật. Nhưng điều đáng thẹn tận đáy lòng là chúng ta vẫn với tâm bám luyến tình trần, vẫn từng đưa chút bẻo công phu nhỏ mọn biện hộ cho một vài việc dán nhãn Phật sự; khiến đạo giải thoát rớt xuống tầng của một dạng tôn giáo cao cấp, như lời của bạn tu từng nhắc nhở tôi bao lần.

Tôi tưởng đến những đứa trẻ trong veo nụ cười và ánh nhìn, vắng cha mẹ chăng nữa cũng không thiếu sự chở che. Lớn lên nếm được mùi vị của ái dục chúng ta tìm cách bứt khỏi vòng tay từ mẫu, còn đưa tiêu chí tự do chê cái sự quê mùa của đấng sinh thành vẫn thầm lặng dõi theo con đến cuối đời. Bước trên đạo lộ mới hay học làm người thông tuy khó song có đích; học làm người dại quá khó. Quá khó! Tôi cũng từng sanh được chút tâm tàm quý học cho ra thằng Bờm, được một thời gian thấy mình lạ lạ với cái mác "tôi là người ngu đây!" Bi hài. Dại chẳng phải học mới có, nó chỉ lộ diện nhờ buông chấp cái *có*. Cố dại khờ cũng là mặt nạ của tinh ranh. Dại khờ là trở về cái-không-có-ta ngoài bản giác, trong lúc cái có thì đã huân tập qua vô số kiếp luân hồi. Lời ân sư tôi thống thiết: "Người khờ có phước khờ"; "người quá thông minh nhất định hại đời của mình, nó là thông minh giả; người thông minh thực sự đều khờ khạo, kẻ đại trí như người ngu si". Không hiểu sao tôi luôn nhớ về "người điên" ấy. Bởi tôi thấy họ suốt nắng táp mưa sa vẫn nương ngồi chỗ ấy không nóng lạnh, không đói rét rên van. Đồ ăn "tự có" chủ yếu là thứ thiu thừa, ông tự nhen nấu bằng túi ni lông và chai nhựa, hoặc bươi móc ở hố rác kiếm miếng ăn; khiến tôi chợt nghĩ, giả như người này một ngày bỗng dưng *tỉnh lại*, hẳn sẽ chết vì những cơn bệnh hiểm nghèo nhất. Mỗi lần ngang qua con đường nhìn ông tôi vẫn thầm thẹn. Cái "điên" của họ chẳng thông minh nào bì kịp. Lại vang vang câu hát "*người điên không biết nhớ và người say không biết buồn*". Nghiêng mình trước sự ngây dại của họ trong một "cảnh giới" mà tôi hoàn toàn mù mịt. Họ ở đó nhắc nhở riêng tôi điều gì?

Vô thường sẽ tước đi mọi giá trị chúng ta muốn thiết lập, nắm giữ. Nhưng Đạo vốn trong lành. Tuổi thơ chúng ta vẫn được lưu giữ trong sự thuần khiết vô biên của tánh giác. Đức Phật luôn dạy, tôi và bạn vốn không hai, hơn thế tôi còn đồng thể tánh với mọi chúng sanh. Do sự thiên lệch ánh nhìn hẹp hòi của nghiệp quả mà tôi tự khuôn mình lại, khiến sự vật hiện tượng và chúng sanh méo mó, trong lúc pháp pháp vốn bình đẳng với toàn thể và bình đẳng với riêng nó trong biển thanh tịnh Phật độ. Vạn pháp đều ý nghĩa. Không pháp nào thừa trên thế gian này cả. Bất cứ pháp nào cũng hữu dụng với đối tượng của nó mà ta là một đối tượng trong vạn pháp.

Sự chấp trước cái vừa ý, vừa với nghiệp mình khiến bạn và tôi không vén lộ được tánh giác, khiến ta không bao dung nổi nghịch cảnh do đó không có cơ hội thức tỉnh đối phương. Nhiều bậc vào tu khinh tục chấp có (pháp), học thêm biết pháp huyễn nên dần chấp không; sau được thiện tri thức khai thị dẫn dắt thì chấp vào trung đạo. Bỗng trộm nghĩ, lời kinh vẫn đúng với mọi người đang tu, song do ta chấp vào đó nên pháp trở nên đông cứng, chướng ngại sự thăng tiến. Nhiều bậc trí thức, triết gia khoa học họ vẫn nghĩ có một cái ta, và ta nhìn ra thế giới. Họ nghiêm trang đứng đó diễn giải về thế giới, lại không biết trong họ cũng chính là thế giới; cái thế giới bên ngoài vốn do tâm chấp trước biến hiện, như trong mơ tâm ta hiện mọi cảnh rồi dự phần với những cảm xúc thật sự. Tâm phàm xung đột triền miên. Tâm bạn và tôi luôn là chiến trường của sự xung động với cái nhìn méo lệch về thế giới bên ngoài. Lúc nghe một bản nhạc, cái tự biết vui hiển hiện, ta thấy thì nó như vậy mà hồn nhiên sống. Bởi có cái ngã bảo "ta thích bản nhạc này" nên đã tự hạn chế. Mỗi lúc buồn khổ sân si, ngã chấp lại đứng lên xưng danh rồi tạo thế đối cực; là đầu mối của chiến tranh nội tâm, gút thắt của luân hồi. Nếu cái tự biết vui rồi ta để yên vậy đừng thò ý thức chỉnh sửa thì nó sẵn sự hoàn hảo cả bên ngoài lẫn bên trong, là sự tương giao giữa bên ngoài và bên trong nhờ *không có* bức tường của ngã. Buồn tham sân đến, nó cũng "đẹp" như nhiên, làm được vậy tôi đâu vướng vào bẫy ma do chính mình dựng lên. Thấy vui ta cứ "a" lên. A, cái tâm nó đang vui; a cái tâm buồn. A, nó giận. Nó đau vì nhớ. A, nó đang sân, nó đang ghét cái gã vừa lội qua trí nhớ; nó còn tức lây người trước mặt, nó đòi đánh người ta nữa kìa... (Dẫu rằng đây vẫn là "cái biết" mà nếu chấp sẽ kẹt trong đó, không thể hướng về "cái không" được; hay rõ hơn như trong Thiền đốn ngộ, phải nở cái không biết để một ngày bừng ngộ như một dạng sực nhớ, sực tỉnh cơn mê). Hạnh phúc thay nếu bạn và tôi xem tâm như đứa trẻ với đôi mắt và tâm hồn trong veo, ta thủ thỉ chơi với nó và không buộc nó chơi thứ ta thích. Bạn tu bảo tôi cứ "a" lên vậy trong sự soi chiếu quán sát tâm suốt cả ngày, dần dà mọi thứ sẽ nhạt, *cái ngã ta* dần rút khỏi *cái tự biết* để trở về thơ ngây. Tham sân lúc này khởi khá "tự nhiên", là chúng đang vào căn nhà trống vô chủ, nhàm chán và bỏ đi. Có sinh sẽ có diệt. Con muỗi nó đốt lúc ta thiền, cái tự biết ngứa báo ở dây thần kinh tác động lên não, ta biết vậy thôi chưa đủ sao?; cái ngứa nó tự sinh, đã sinh ắt tự/có diệt, và ta để yên cho sự hiện khởi ấy ngây dại như bản nhiên của nó. Lúc tan rồi ta sẽ thấy tuyệt diệu như chưa từng có một sự ngứa tại điểm ấy, như một giấc mơ. Sống với thực tại sáng suốt, bước khỏi nhà, ta liền cảm giác quãng "thời gian" mình vừa ở trong ngôi nhà với những sinh hoạt thường tình kia *như thật* một giấc mơ, *như thật* ảo ảnh, và ta không hề dính dáng gì đến không gian ảo đã vèo trôi theo vô thường ấy. Chỉ thực tại sinh động với những âm thanh lạ, với những cảnh sắc lạ hiện khởi nơi thân tâm tươi mới; ta hòa vào nó trong an nhiên để thấy sự vắng lặng luôn có mặt giữa nhốn nháo. Bạn tu của tôi (cũng là của tất cả) chuyên niệm một câu kinh. *Tâm niệm* suốt ngày đêm, cũng xem như suốt ngày đêm sống với thực tại là câu kinh đó. Bạn buông xả thế sự, buông xả quá vãng và tương lai, buông xả luôn cả hiện tại ảo. Bạn chỉ an trú trong một câu kinh và lấy đó làm *thực tại* duy nhất.

Muốn mình "lớn lên", là chướng. Nhớ hồi còn *mê ảo*, tôi có xem bộ phim về chiếc phi cơ hộ tống những phạm nhân ở Mỹ. Giữa chặng bọn tội phạm khống chế được các đặc vụ hạ cánh trước khi viện quân chính phủ kịp đến. Trong lúc chúng đang tìm cách biến mất thì tên tội phạm khét tiếng đặc biệt nghiêm trọng từng bước ung dung đến với một đứa trẻ gần đó chung chơi nghịch cát. Sự ngây thơ của trẻ đã cuốn hút tên tội phạm giết người hàng loạt trở về tánh thuần khiết vốn sẵn nơi hắn. Tên ác ôn dẫu trong cơn khát máu lẽ dĩ nhiên cũng không thể đánh một vị sư thuần tịnh quanh năm suốt tháng vô cầu ngồi đó như một *nghịch lý* giữa ồn ào danh lợi. Tự hỏi sao ai cũng thích chơi với một đứa trẻ o oe trong nôi cho đến chập chững. Bởi đó là quãng thời gian mà nó chưa hiển lộ sự tham sân si mê cảnh trần. Lúc nó biết hưởng thụ liền đòi hỏi và nắm giữ, là nguyên nhân của mọi tai họa cho chính nó và đối với người chung quanh. Lớn thêm có tài danh; tài danh sinh ngã mạn và kho tri kiến *tưởng là* của mình sẽ "giúp" nó hoài nghi cả lời dạy thánh hiền. Sự sáng tạo dựng lập ngã chấp đứng trên một ngọn núi để thêm nhiều người nhìn thấy là đỉnh cao thất bại trong hành trình siêu vượt khổ đau. Một người lớn mà ai cũng thích chơi thích gần gũi, là họ đã tẩy uế tham sân si mạn trở về nguyên sơ. Một người thuần đạo, sống trong đạo, bản thân họ chính là thực-tại-đạo đồng với cỏ hoa. Sâu xa bên trong, chính nhờ họ chỉ nghĩ đến tha nhân mà không còn cái ta ngã. Họ ngồi đó với cái thân huyễn sống động cũng đầy đủ một bầu trời an lạc thiện hưởng đến mọi người.

Lý nhất chân trong Hoa Tạng thế giới là biển Bi Trí không bờ. Biển không bờ mới dung chứa mọi con sông. Tôi và bạn luôn tự thấy mình là sông nên không chịu hòa vào biển cả. Chúng ta bắt đầu lớn lên khi biết huân tập cái có. Mỗi người với cái có riêng khác. Chục người cùng nếm đường, ai cũng gật đầu ngọt, song mỗi người lưu một vị ngọt hoàn toàn riêng theo nghiệp, chưa nói họ bị chi phối bởi những cảnh ảo hiện lên trong tâm thức lúc vị đường chạm đầu lưỡi. Tôi không nhập được vào bạn để thấy bạn cảm nhận vị ngọt của đường khác tôi như thế nào mà thôi. Sự nhầm từ vô thủy trong lục đạo này khiến tôi và bạn luôn thấy được cái giống ảo của một phần tỉ của sự khác biệt. Nhưng học lý nhất chân ta lại thấy sự nghịch lý, rằng ngoại trừ một phần tỉ cái giống ảo ấy, phần còn lại là *cái không biết* hay tạm gọi *cái biết của tánh giác bổn nhiên.*

Tôi vẫn thường suy tư từ những điều nghe ra đơn giản nhất: Tại sao Phật dạy giúp người tức giúp mình; bố thí tiền được giàu, bố thí trí tuệ được thông minh, bố thí vô úy được thọ mạng. (Dĩ nhiên nếu chưa hành được pháp ba la mật hướng vô lậu cứu cánh, trước hết cũng tập bố thí trong sự không chấp tướng). Học kinh Hoa Nghiêm mới chợt hiểu, sở dĩ bạn phóng sanh, giúp người bớt khổ liền tăng phước, chính bởi họ cũng là bạn là tôi, họ như một phần thân tâm của ta. Rõ ràng có một sự nối kết giữa bạn và tôi và vạn vật nên lúc bạn khởi niệm thương/giúp "cái ngoài ta" là chính giúp ta! Nếu không có sự tương liên "máu thịt" này giữa muôn pháp, thiện nghiệp của bạn giúp tôi chỉ là sự trao đổi ân oán nợ nần mắc mớ kéo nhau luân hồi. Ân sư dạy, chúng ta đồng thể *bất khả* tư *nghì*. Cái *tư nghì* vốn không nằm trong thể tánh mà do ta chấp/nắm (cái có nhỏ mọn) mà thành. Một khi *cái tự biết* biết *cái biết* là *hư huyễn*, hành giả có cơ hội buông mình vào *cái bất khả tư nghì*. Tôi và bạn lại quá tinh ranh, chúng ta luôn thấy thông minh hơn Phật trong việc tự sắp đặt vận mạng, rồi không chừng theo lề thói thâm căn này đến lúc hấp hối dễ gỡ luôn bàn tay cứu độ của Phật lao vào những cảnh giới tối tăm.

Thầy tôi không dạy tôi lớn lên, mà dạy trở về ngây thơ như là một nghịch lý. Có lần thầy kể gặp bà lão ngoài tám mươi trong một quán chay ngồi chung bàn. Ở nhà, bà thường nấu cơm mặn cho con cháu, xong xuôi úp lại rồi ra quán ăn chay. Hỏi, bà thưa "ở nhà chuyên niệm, không dùng chuông mõ, sợ ồn...". Tôi vẫn ngỡ thầy kể ngẫu nhiên, nên bảo "đúng, chuông mõ rất cần; chỉ ngại lỡ nghiện âm thanh này đến lúc lâm chung không có dễ mất chánh niệm". Thầy im lặng rất lâu. Tôi ngu đần không hiểu nghĩa của hai từ im lặng; bởi tôi hay khua chuông đánh trống về cái sự tu của mình. Hồi còn chuyên học triết Tây tôi vô cùng hãnh diện; đến lúc học Phật cái ngã ấy được chuyển đổi chứ chưa giảm nhẹ bao nhiêu. Vẫn biết nó là lâu đài ảo khoác lên một cái nhà tù ảo, tôi vẫn không muốn ra. Hiểu ở mặt tâm thức tương đối đơn giản vậy, chạm được thật khó. Có lẽ như lời bạn tu, là phải đợi khoa học sáng chế ra loại máy khiến mọi ý niệm khởi sinh từ mỗi người đều được khuếch đại thành nội dung hiện trên màn hình công cộng; đến lúc này những con người quen hưởng thụ kiến thức và dùng đó khuếch trương cái ngã sẽ tự biết xếp chỗ đứng cho mình trong sự tiến hóa theo chiều thẳng đứng lên hư không. Tôi nhiều lúc nổi khùng bởi cái ngã quá ranh mãnh, đến nước mong sao nó hiện tướng để xuất một chiêu độc địa. Lại ảo tưởng.

Càng tinh ranh chúng ta càng bị cái ảo đánh lừa. Tôi và bạn không thật buông mình, vẫn nghĩ trong bóng tối có thể che ánh quang minh. Tôi mơ mòng một cuộc sống mà mọi ngõ ngách trong ngôi nhà đều được gắn camera, mọi ngõ ngách trong tâm phàm của mình đều được soi chiếu bởi Phật pháp. Mà thực tế có giây phút nào chư Phật không để mắt đến chúng sanh, có ý niệm nào của tôi khởi lên Phật không biết. Phật còn biết với tâm đó, với năng lực gia trì mà tôi vẫn không chịu nỗ lực gỡ nghiệp, tôi sẽ còn qua nhiều nẻo vòng vèo gai góc hầm hố. Thực tế thì tôi và bạn không thể ra ngoài nguyện lực cứu độ của các Ngài. Chỉ có điều chúng ta luôn khôn ranh dấn vào con đường đầy gai góc, để rồi loay hoay tìm pháp tu, mà thời gian thì quá ngắn cho một cuộc đời có thể cơ bản xong việc tử sinh. Con người sáng tạo ra thời gian là cách cưỡng chế vô biên vào ao tù của ý thức để vẫy vùng tạo lên những làn sóng tự mãn buồn hiu. Chính thời gian quay trở lại bó chặt quyền năng sáng tạo vốn sẵn tính vô biên, hệ lụy đẩy những lý thuyết tân thời trượt chân bởi lớp rêu phủ trên tuyệt lộ.

Hẳn người ta sẽ cười mỉa cái triết ý rằng thân tâm của tôi đây không phải là tôi; họ sẽ bị sốc kiểu như một cơn đột quỵ khi mơ hồ cảm nhận về một *cái ảo ta* lướt trên trần gian trong cơn mê vong bản cội nguồn. Bạn tu khuyên nên để cho tánh giác làm việc thay trí khôn. Bởi tánh giác mới chính là "ta", còn sự tinh ranh của ý thức chỉ khiến cho hình hài chúng ta lướt càng nhanh về phía cơn lốc luân hồi. Tôi chợt hiểu, bởi rất nhiều lần mình viết cái gì, hễ "động não" thì có mấy dòng cũng chần chừ viết không ra, nhưng có lúc tự dưng ở đâu tuôn ra khiến tôi chỉ nghe rào rào của bàn phím chứ dường như không có ai ngồi viết ở đó, nó đạp đổ hàng rào của trí óc suy tính; có lẽ tôi ăn may hiển lộ tánh giác trong một thời khắc. Làm sao để mãi sử dụng tánh giác? Tôi hỏi bạn tu và thấy một nụ cười hiền. Ân sư dạy: "Có tám vạn bốn ngàn pháp tu thiền. Thiền là gì? Là ngoài không chấp tướng, trong chẳng động tâm. Người thật sự có thiền định, chẳng ai biết! Cái gọi là "ngồi xếp bằng thiền định" chính là thiền định sơ cấp, người khác trông thấy sẽ ca ngợi, lễ bái quý vị, nhưng người thật sự tu thiền định chẳng ai có thể nhìn ra". Ngồi thiền là tu mà hòa vào cuộc sống cũng không ra khỏi cái sự tu. Ngồi thiền cũng tu định mà "thõng tay vào chợ" cũng "tu" cái *định thường tại*. Hiểu về tánh giác vốn sẵn, tôi lại nhớ đôi lần đang ngủ, chợt mơ mơ màng màng tỉnh, tự đâu rớt xuống cái ý nghĩ bây giờ là 3h30, và như ai khiến, tôi tự bật dậy bấm điện thoại xem, đúng chóc. Nghe lời bạn tôi bắt đầu hiểu về tánh giác trong mỗi người từ lâu bỏ quên. Nhưng phải bắt đầu từ đâu? Thầy tôi bảo, con hãy buông xuống mọi tính toán, cơ bản là không suy nghĩ không suy tính. Người tu có cơm ăn đạm bạc là hạnh phúc lắm rồi, đòi gì nữa mà không buông xuống thân tâm thế giới.

Tôi và bạn luôn nhận tâm suy nghĩ làm mình nên sản phẩm có lúc hay hay tưởng ghê gớm, không biết đó rốt cùng vẫn là trò chơi của tâm thức. (Tôi liên tưởng đến trò chơi số đề "dành cho" những người đã lao lực mà ngày nào cũng nướng vào đó, lâu lâu trúng chút thì quây lại nhậu nhẹt, họ không nghĩ cuộc chơi này có bàn tay của ma). Chúng ta luôn bị tâm suy nghĩ lôi kéo, ngay cả khi bạn và tôi nghĩ những điều thánh thiện. Bạn tôi bảo khi trên nẻo trở về với chân tâm, mọi suy nghĩ đều vọng nên hãy tạm biệt chúng. Song, chúng ta thường bị chúng kéo đi rong chơi ta bà bởi thiếu nền tảng của giới. Không tu giới, nhất là *giới tâm*, bạn và tôi không có định dẫu là định mong manh; không có chút định ấy chúng ta không cơ hội bòn mót tuệ giác để chiếu soi mọi tướng trần hư vọng, nên sanh chấp. Chấp ít khổ ít, chấp nhiều khổ nhiều. Chấp lớn hơn là những sở đắc, mà hễ sở đắc là có tướng, cái tướng đắc này vốn cũng hư giả, nên chúng ta đang rơi vào một cơn mộng khác. Có lần ngồi ở quán cà phê, chợt mùi chanh dây tỏa từ quầy chế biến, tôi thốt lên ôi chanh dây, rồi tâm trong một phần mấy giây hiện ngay dữ liệu về người bạn gái rất thích thức uống này; bạn tu liền thì phá tan cái sự chấp đó bằng câu nói giật mình: Hóa chất người ta cũng tạo ra mùi chanh dây và bất cứ mùi gì mà. Tôi chợt hiểu cái sự chấp nó khiến tâm trí mình chật hẹp. Hôm sau tôi thử uống cà phê rang xay không đường, quyết chuyển từ gốc ý niệm; thay vì trước đây cứ lưỡng lự chọn cà phê đường hay cà phê sữa. Không đường. Tôi nâng ly cà phê, tĩnh tại uống một ngụm và giữ lại cảm nhận. Vị đắng lan tỏa. Tôi nghĩ ngay đến món mướp đắng tôi cũng thích. Đắng cũng là vị hấp dẫn mà. Tôi bỗng nhớ lời bạn tu hôm trước và tiếp tục làm ngụm nữa, ngậm rồi nuốt. Điều kỳ diệu bắt đầu. Nói ít ai tin, miệng tôi bắt đầu tứa vị ngọt; vị ngọt nguyên thủy đâu đó trong miệng cứ tứa ra sau mỗi ngụm cà phê rang xay không đường. Tôi yêu thích thức uống này đến sợ mình lại sanh ngã sở về cà phê không đường rất tuyệt tôi đang cảm thọ.

Bỗng nhớ bạn tu, người chuyên trì một câu kinh, cứ như một khắc đánh rơi câu kinh đó liền mất mạng, song cái hay là bạn không mảy may đặt áp lực lên câu kinh. Đến nỗi trong mơ họ cũng niệm được để thoát khỏi ác mộng. Rồi có lần bạn còn kể tôi nghe thấy rành rành một "người" đứng lù lù bên cạnh, thì cứ niệm, vậy là người ấy bỗng dưng biến mất. "Người lạ" cũng kệ mà Phật hiện bên cũng kệ; chỉ việc niệm thôi. Tôi chưa thấy bạn tu động môi mép niệm câu kinh bao giờ. Bạn bảo hãy đưa một câu kinh vào sâu trong tâm, giao cho nó toàn quyền phát khởi. Và đừng giao cho câu kinh một nhiệm vụ nào cả. Đến một lúc câu kinh duy nhất trở thành thực tại duy nhất, đến lúc câu kinh làm chủ hoàn toàn thân mạng ta, ngoài ra không có ai làm chủ nó cả. Câu kinh nhuần nhị như tiếng ù u của gió; ở mức này không thể niệm ra tiếng vì câu kinh gần như biến mất chữ và nghĩa, nhưng tâm vẫn nghe rõ từng chữ; nó lướt trên mặt phẳng tâm thức song vẫn hiện từng chữ sắc nét như từng cánh hoa nở trên màn hình tinh thể trong suốt.

Tu là bớt chứ không thêm vào. Bớt đi mọi chấp trước và phân biệt để trở về với sự bình đẳng của chân tâm trong sự tương ưng với vạn pháp [vốn bình đẳng]. Thầy tôi bảo phải bớt đến tận cùng. Học pháp học cũng để nhận ra mình phải buông những gì. Bởi chân tánh vốn rỗng rang và chính trong cái rỗng rang đó đầy đủ phước trí. Giáo pháp của đức Phật thiết yếu dạy chúng ta: Biết và Buông. Biết để buông, *biết buông*. Sau đó thì Biết và Buông nhập làm một. Biết chính là Buông mà Buông cũng chính là Biết. Có những điều đơn giản song không dễ vào. Phật tử hầu như ai cũng biết chúng ta nặng Ái mới luân hồi trong cõi Dục. Bạn tu tâm sự: chúng ta đến Ta bà bằng con thuyền Ái, và cần nương vào con thuyền đó thông qua chánh trí *buông/phá tham-chấp* để rời cõi Dục. Gốc rễ luân hồi này muốn gỡ khỏi tâm không dễ. Bởi ta Ái nên Thủ. Ban đầu học Phật thấy hay, sau động chạm đến chữ Ái thì tôi bắt đầu rụt tay. Rõ ràng có bàn tay vô hình đang sờ vào lợi dưỡng. Tôi không dám buông con dao sắc của tham chấp (từ tham chấp thế gian đến tham chấp Phật pháp, bởi nằm trong thức (với tâm suy nghĩ và óc phán đoán) thì thứ gì cũng có vị ngọt). Tôi không biết con dao tham-chấp ái dục cùng với sân si mạn, ngũ dục lục trần không hề có cán, mà chỉ toàn lưỡi sắc bén. Tôi sợ bị tước đi trò chơi dao tuổi nhỏ, tôi sợ bị tước những thủ đắc lợi dưỡng. Tôi bắt đầu cảnh giác. Tôi tiếp tục học Phật và song hành tiếp tục bồi đắp dày thêm hàng rào ngũ ấm để che chắn tình chấp. Đó là căn bệnh trầm kha khiến chư Phật nhiều lúc phải đứng rất xa tôi và bạn.

Đồng tu tôi luôn nhắc, đừng sợ cái chết, bởi thực không có ai chết cả, chúng ta chỉ bỏ lại thân giả thôi. Hãy tập sống với tánh giác ngay từ bây giờ để lìa cái huyễn. Hãy quán lúc thân chết, tánh giác của ta sẽ vẫn sáng suốt chuyên trì niệm một câu kinh để nhận được lực gia trì của Phật và Bồ tát mà siêu thăng cõi *thuần tịnh*. Bạn tu học kinh Hoa Nghiêm khá kỹ, y lý mà khẳng định, nếu ta biết huyễn không chấp cái thân đã mất, nguyện, hẳn sẽ gặp những hiện tướng của các Bồ tát vốn là người quen thân mà ta từng gặp từng sống với họ trong đời mà chẳng hay. Kinh dạy nhục nhãn tâm phàm không nhận ra nhưng các Bồ tát thị hiện quanh ta rất nhiều. Trong kinh Lăng Nghiêm Phật cũng có lời di huấn: "Khi tôi diệt độ rồi, hiện ra Ứng thân, sanh trong đời mạt pháp kia, hiện ra nhiều hình tướng khác nhau, để độ những người còn trong vòng luân hồi, hoặc làm Sa môn, bạch y Cư sĩ, vua chúa, quan lại, đồng nam, đồng nữ, như thế cho đến người dâm nữ, người quả phụ, người gian dối, trộm cắp, người hàng thịt, buôn bán, để khen ngợi Phật thừa với những đồng sự, khiến cho thân tâm của họ vào được Tam-ma-đề; nhưng rốt ráo không tự bảo rằng tôi thật là Bồ tát, thật là A la hán". Chân thành và thiết nguyện, chúng ta lâm chung các Ngài cũng sẽ luôn tìm mọi phương tiện cứu độ không ngoại trừ hiện tướng thân trung ấm để "làm bạn" với ta, để từng khắc khuyên ta buông thân huyễn tâm vọng xuống. Con người xét ở mặt đạo không có lỗi gì lớn ngoài cái lỗi nhận nhầm thân huyễn tâm vọng làm mình, nên sống ngày nào tạo nghiệp ngày ấy; trong lúc ai hàng ngày đều ít nhiều vẫn sống với tánh giác và Phật tánh (lại chẳng hay biết), nên *cái ta giả* vô ơn với *cái ta thật*. Đây là "nỗi đau" lớn của chúng sanh trong tâm của bậc giác giả; do vậy thức tỉnh chúng sanh nhận lại chân tâm bổn tánh là hạnh nghiệp duy nhất của "quá hiện vị lai chư Phật" trong chín pháp giới. Nếu bạn và tôi không tập xóa biên giới giữa các cõi trong lục đạo, là chấp trước quá sâu nặng kiến giải một đời mà trước hết là chấp nặng biên giới dương gian và âm gian; chúng ta sẽ ghét những người còn ăn mặn, những người chưa tin chánh pháp và dĩ nhiên là lên án đến mức oán thù với kẻ báng pháp môn ta đang tu. Bạn và tôi với cái tâm vừa sân vừa si ấy, giả như được nhìn cảnh tra tấn dã man trong địa ngục, chúng ta sẽ thành ra thế nào bởi những "nỗi oan" ấy tàn khốc gấp vạn lần *nhất thiết pháp* ta chừng tận mắt chứng kiến? Vạn pháp đều *như*. Nhưng, tôi vẫn thường tự nói với mình "ngươi thì biết quái gì!" Tập sự soi chiếu nguồn tâm sẽ dần thấy ra vị thế và ảnh hưởng rộng lớn của con người đối với hư không, trong lúc chúng ta đang tự hạn chế. Dẫu rằng tâm ý hướng thượng trong hành trình *trở về* không cho phép bản thân xưng danh chân lý trong một thế giới tuyệt đối tương đối và khắc khắc biến hoại vô thường.

Bỗng khởi một nghi tình: Sao các vị thánh biết được trăm vạn đời tương lai của tôi. Quá khứ là cái tôi đã sống, mọi dữ liệu đều được lưu dữ bằng Tướng trong trời đất, điều này đến khoa học cũng chứng minh được; còn tương lai, tôi đã sống đâu mà ai biết. Bởi si mê, tôi vẫn nghĩ mình chưa sống, thật ra cái tôi này cũng như một nhân vật trong bộ phim đã đóng xong hoàn chỉnh, đã xếp vào kho lưu giữ rồi. Nhưng tôi vẫn luôn nghĩ mình đang sống, đang làm chủ từng giây phút, chỉ đến lúc lời Phật len vào tâm não, tôi lờ mờ hiểu mình là một nhân vật trong bộ phim nghiệp thức do chính mình viết kịch bản từ vô số kiếp quá khứ. Tôi vùng mình, kêu cứu trong *màn hình tự tánh Phật*, cũng là trong tánh thấy biết của chính mình, nhưng sao mãi tôi vẫn thấy đang sống, đang làm chủ, mà thật ra tất thảy đều vô ngã. Cái *ngã* của tôi dựng lập trên sự vô ngã thường hằng, cái *biết* của tôi dựng lập trên cái biết vốn sẵn. Tôi gọi ân sư, gọi thầy, gọi bạn tu mau đưa tôi thoát khỏi màn hình trước lúc bộ phim đi về hồi kết không có hậu.

Chương 7

Không không thốt chẳng nên lời
Như như tuyệt nghĩa từ hồi chưa sinh

Một nghệ sĩ không tồi là người cảm ơn đã có phiến đá mang hình địa ngục làm chất liệu tạc nên một dáng vẻ thiên đường. Hành giả thực hành giáo pháp của đức Phật không việc gì hơn là buông xuống (sự mê/chấp) thân tâm thế giới để trở về cái sẵn mà bất cứ chúng sanh nào cũng có, chứ không đắc gì cả.

Thực hành kinh điển là chìa khóa mở kho tàng Phước Trí chứ không phải phương tiện để kiếm tìm Phước Trí. Đội ơn đức Bổn sư, chính Người đã chỉ ra những thứ không thuộc về chân lý rồi nhẫn nại tuyệt vời từng ngày gia trì cho sự buông của chúng ta mong có cuộc trở về và dĩ nhiên hành trình ấy chưa bao giờ dễ dàng với bất cứ ai.

Khờ dại là tôi sửa bóng mình trong lúc nó giả hiện từ thân. Ngờ nghệch là khi tôi chăm ngắm thân mình trong lúc nó cũng là sự phóng chiếu từ tâm nghiệp báo. Tôi còn ngó lỗi người sửa bóng người cùng vạn vật lại chẳng tin hết thảy đang dưới ánh quang minh, đều không một mẩu ý niệm vi tế có thể ngụy trang trong đại viên kính trí "của" Phật. Nhưng đó là nghiệp tập luân hồi. Bạn và tôi không thể cưỡng nổi dòng nghiệp ma quái nơi tâm thức của mình một khi ta vẫn ngoan ngoãn nghe lời chúng mà không bắt đầu bằng việc thật thà nghe lời/phụng hành thánh giáo. Đội ơn đức Bổn sư, chính Người đã chỉ ra những thứ không thuộc về chân lý rồi nhẫn nại tuyệt vời từng ngày gia trì cho sự Buông của chúng ta mong có cuộc trở về cái vốn sẵn; và dĩ nhiên hành trình ấy chưa bao giờ dễ dàng với bất cứ ai. Khi ai đó phương hại, chửi mắng, lên mặt dạy đời, kiêu mạn trước ta, lường gạt ta bởi trong mắt họ ta là kẻ "khờ khạo dốt nát yếu hèn" nương gá vào một thế giới siêu hình, khi ấy thực có ai trước mắt không? Đương nhiên không! Chỉ cái Tâm đang khởi phiền não là tướng trạng của tham sân si mạn - đó mới là điều duy nhất ta phải thấy và chuyển hóa. Thực trước mắt không có người có vật nào. Sự khó nhất của hành giả muốn tiến là ở cái Tâm vọng được huân tập từ vô thủy che mất chân như. Chỉ có sự chuyển nghiệp thông qua nghệ thuật Buông những thứ mà kinh giáo chỉ ra không thuộc về chân lý giải thoát mới khiến tâm người vắng dần nỗi sợ hãi trong cõi ta bà. Ta phải thực hành bố thí niềm kiêu hãnh ẩn kín trong bóng tối của ô ngăn tâm thức khi ai đó đang hưởng hạnh phúc ảo từ nỗi kiêu mạn; ta phải thực hành bố thí tiếng tăm khi ai đó đang muốn chứng minh danh vị trước mọi người; ta phải thực hành bố thí sự chấp trước, phân biệt với trần cảnh "chướng tai gai mắt" cũng là thực hành buông vọng niệm trong tỉnh giác khi ai đó đang khiến mọi thứ phải theo ý họ. Một khi tham sân si dần được chuyển thành tuệ giác, cũng là sự minh chứng cho hạnh phúc đích thức không hề liên quan đến tiếng tăm, danh vọng, tiền tài, ăn uống, ngủ nghê, niềm tự tôn. Ai cũng biết một ông vua nắm cả thiên hạ cũng đầy lo âu, đầy ắp trong tâm những phiền trược và luôn bị ám ảnh bởi sự già, bệnh và cái chết. Còn một vị chứng đạo thì thong dong trước thị phi nhơn ngã, an bình dẫu sống chung với yêu quái hay họ trong vai "tay bị tay gậy khắp nơi tung hoành". Một lần nhận lời dạy của thầy, tôi phát hoảng; tại sao hành giả phải thâu gom sự nổi danh rồi mang vác nó trong lúc con đường về nước Phật quá gian nan và hiểm nạn. Con đường ấy không đơn giản như ai đó đọc trăm ngàn cuốn sách rồi viết thành một cuốn sách và được dịch ra thật nhiều thứ tiếng. Kinh điển nhà Phật nếu thuần dùng nghiên cứu tư duy lý luận mà không đem thực hành thì sản phẩm cao nhất cũng như chiếc bánh tuyệt hảo chưa hấp luộc để có thể thưởng thức, cái được rốt cùng là tri thức của chân lý chứ bản thân ta không trở thành chân lý. Từ nỗi truy vấn "con người giấu cái đuôi ở đâu", hành giả nên lần về nơi hoang vu phận mình nhận chân sự lôi dẫn của "vũ trụ nghiệp" do chính tâm thức lập trình qua từng ý niệm khởi sinh. Lành thay, kinh điển đã chỉ ra những thứ hư ngụy để chúng ta có thể dự phần "nghệ thuật buông" trên hành trình ngược dòng về biển giác. Khi một hành giả buông xuống những cái không thuộc chân lý, ngay đó là chân lý, mọi vọng tướng hoạt dụng bởi các thức chính là những cái bóng lội qua sự sáng suốt như như của gương tâm. Tạm diễn lý kinh, chân tánh là cái có sẵn thế nên một hành giả thực hành giáo pháp của đức Phật không việc gì hơn là buông xuống thân tâm thế giới để trở về với cái *sẵn* mà bất cứ chúng sanh nào cũng *có*, chứ không đắc gì cả. Nơi quy nhất của muôn kinh vạn luận là khiến hành giả *trở về bổn giác*. Cũng là cái thấy cái nghe cái ngửi cái nếm đó, song lúc hành giả không phân biệt không chấp trước, vọng tưởng tuồng có mà như không do vậy sáu căn thanh tịnh, sáu căn thanh tịnh bởi nó đã phát huy được lực dụng của *tánh* trong *căn*. Và xét ở lý viên thông *một là tất cả*, hành giả chẳng hạn lấy nhĩ căn làm trọng, chuyên nghe tánh nghe, đơn cử như họ chuyên niệm (thực chất đúng pháp là *nội tâm chuyên nghe* câu kinh mình *luôn đang* niệm) nên những căn còn lại dần dà bị hút vào nhĩ căn và trở nên thuần khiết với trần cảnh trên bình diện bình đẳng của muôn pháp, đột phá được vô minh ám chướng. Mọi pháp Phật thuyết đều là ứng với căn cơ chúng sanh, là thuốc đặc trị cho những bệnh sai biệt; ngay cả trong một pháp môn thì sự thêm bớt trong toa thuốc cho từng hành giả cũng được các vị thầy kê ra trong từng ngày. Để thấy ai theo pháp môn nào thì đó là pháp tối thượng và hẳn nhiên các pháp môn khác đều là trợ phương. Chẳng hạn bên Tịnh độ hay Mật tông nhiều hành giả ngồi kiết già y hệt thiền sinh, khác chút là trong tâm họ niệm (thầm) danh hiệu Phật hay đại minh chú, cho đến ngày công phu đắc lực họ ngồi "thiền" mà nếu nhìn cái tướng tọa tĩnh đó chẳng ai có thể nói ấy là hành giả niệm Phật trì chú. Dĩ nhiên thiền cấp cao hẳn là thường tại định, định trong động. Thiền là tâm thiền tâm tọa, bất kể thời tiết nhân duyên nào thân đang hoạt dụng ra sao, tâm cũng đều thiền với hạng mục chuyên nhất, chẳng hạn như luôn giữ thoại đầu, luôn trì niệm một câu kinh hay đại minh chú, đến lúc thuần thục thì sự tĩnh giác là vốn sẵn và nó tự lộ tánh chiếu soi. Về nguồn của bất cứ pháp môn nào chính là nhận ra trí giác, và lộ trình của bất cứ pháp môn nào cũng không thể ra ngoài Giới Định Tuệ. Bởi chỉ có Tuệ mới tùy mức độ công phu phá được từng phần Ngã - Nhân - Chúng sanh - Thọ giả *tướng/kiến*, mới phá được từng phần kiết sử, và cao là nhờ đó sẽ buông dần từng phần Chấp trước - Phân biệt - Vọng tưởng với trần cảnh Ta bà. Còn dừng lại ở định (do quá chấp ngã/định) không phá được Lâu đài ảo ảnh. Khi một hành giả chưa tinh cần hành Giới nghĩa là họ chưa tin lời Phật, họ vẫn nghĩ có một con đường dễ dàng hơn trong sự vượt thoát. Trì giới là lớp Vỡ lòng nhưng nó thông với học vị Tiến sĩ, cũng như Tứ diệu đế là pháp nền tảng căn cốt của ai muốn làm học trò của đức Phật song nó thông lên Đại thừa Bồ tát hạnh. Tin Phật chính là tin nhân quả. Tin sâu lời đức Phật chính là tin sâu thêm nhân quả vì hành giả qua quá trình huân tập giáo giới trong đời sống sẽ nhận ra nhân quả xung quanh và ngay ở bản thân mình. Phát hiện vĩ đại nhất, siêu vượt nhất toàn nhân loại của đức Phật, hẳn là, qua sự chứng ngộ toàn triệt, thấy mọi chúng sanh đều sẵn có "trí huệ và đức tướng Như Lai". Tin ở Phật và pháp nói chung thôi mới là phương tiện dẫn dụ.

Tin Phật rốt ráo chính là tin mình có sẵn Phật tánh, chứ không phải tin Phật tánh bên ngoài được thâu vào nhờ kinh điển, do vậy thực hành lời đức Phật là chìa khóa mở kho tàng Phước Trí chứ không phải phương tiện để kiếm tìm Phước Trí. Một hành giả không đi theo hướng này, dẫu đắc định chăng nữa, niềm tin của họ sẽ khó đứng vững một khi *tướng Phật* vô thường hủy hoại, một khi có một bậc tôn túc nào đó lâm nạn, và hiển nhiên hơn niềm tin của họ dễ rúng động khi Thánh tích Bồ Đề Đạo Tràng bị đánh bom. Thực tế thì không ai trong thế gian có thể phá hoại được Phật pháp, dẫu cho đến cuối thời mạt Pháp. Phật pháp có quyền năng vô hạn và sự hóa độ của chư Phật-Bồ tát luôn là hành trình thầm lặng nhi nhiên. Tôi được học kinh Hoa Nghiêm từ ân sư mới vỡ lẽ vô số ức hóa thân của chư Phật-Bồ tát ẩn mình trong mọi ngành nghề, và thiết nghĩ, với những bậc sơ cơ hẳn nhiên họ sẽ diễn vai bần cùng để phá ngã/pháp chấp của chúng ta. Trộm nghĩ không chừng một hóa thân của Bồ tát nào đó (trong vai chồng/vợ), với một cuộc sống bình phàm tuồng không hề biết đến Phật pháp, trong kiếp này chỉ có thể cảm hóa được đối tượng không rơi vào ác đạo mà thôi; còn việc dẫn "chúng sanh" đó vào con đường giác ngộ đành phải chờ duyên ở kiếp tới hoặc vô số kiếp nữa. Vẫn biết mở miệng đã sai, song tôi vẫn liều mạng để dẫn thầm với bạn về một đoạn kinh; khi đức Phật hỏi trong chúng đệ tử ai sẽ đứng ra nhận trọng trách nặng nề hoằng truyền Diệu Pháp Liên Hoa, rất nhiều cánh tay đã dơ lên, và điều gì xảy ra sau đó? Đoạn kinh diễn tả cảnh huy hoàng: Từ dưới đất, vô số Bồ tát bay lên... Thầy tôi luôn nhắc chớ phút giây nào buông câu kinh duy nhất mà đức Phật giao cho ta trì niệm. Dù ngồi ở bất cứ nơi đâu câu kinh phải được nghe rõ rành trong tâm bởi tánh nghe miên mật; đặc biệt hãy quan sát đời sống, quan sát những con người bình dị nhất đang mưu sinh. Điều này khiến tôi chợt nghĩ, trong đời hẳn nhiên bất cứ ai cũng từng có cơ duyên tiếp xúc với hóa thân của chư Phật-Bồ tát, bất cứ ai trong đời cũng có ít nhất một vài lần cúng dường hóa thân của họ, ai cũng luôn nhận được sự gia trì phước đức trong khuôn khổ nhân duyên quả và nhờ đó mỗi chúng ta đã kéo dài được thọ mạng dôi lên chút phước phần, nào hay! Chúng ta luôn hướng đến những điều cao siêu và bỏ qua sự phàm tình luôn dung chứa chân lý mầu diệu. Điều này cũng giống như một cuốn sách viết về Chợ, nó trở thành một thứ "văn minh" của bậc trí thức, cuốn sách được đặt trang trọng trên kệ của bậc thức giả, người ta mê vào nó trong lúc nó được viết ra từ đời sống chợ; và những người tôn vinh cuốn sách vẫn không chịu đi vào chợ để tự cảm nghiệm những văn minh đã đi vào cuốn sách kia, vẫn giữ thành kiến chợ là nơi xô bồ ô trược làm gì có chân lý giữa ấy. Bạn dẫu mang nhãn mác sang trọng cỡ nào, được cộng đồng tôn vinh ngưỡng mộ cỡ nào, song ví như đang ngồi trong quán cà phê sớm nhận ra cái ngã ngáng trở mình làm một người bình thường cúi nhặt những vỏ lon nước ngọt ta vứt bên lề; và chính bản thân tôi không thể thế vai những người đang chúi đầu mình trong hố rác tìm kiếm từng đồng bởi ngã chấp lẫy lừng. Giả như ngay khi tôi "biết phận mình" đang được Bồ tát trong vai người ăn xin đến ngửa tay, tôi hai tay kính cẩn đặt vào mê nón của họ vài đồng chăng nữa, vẫn phảng phất ngã mạn về sự thiện lương của mình trước bao con mắt khác, nó lội qua cái giác biết. Bạn tu nói đừng nôn nóng giao phó cho câu kinh duy nhất đang được trì niệm một nhiệm vụ, cứ trì niệm rồi đến ngày vọng niệm khởi lên thông qua sự chấp trước và phân biệt cảnh trần lội qua tánh giác biết, ngay tức thì sức định của câu kinh sẽ tự cảm hóa vọng. Đó là mức lúc câu kinh quyện thành khối - điều mà ân sư mong ngóng nơi học trò. Tôi thuộc căn tánh hạ liệt, chỉ biết nghe lời ân sư và thầy, học hỏi từ bạn đồng tu từng ngày trong đời sống đưa lời dạy của đức Phật vào thực hành, yếu quyết vẫn là phá chấp trước phân biệt cảnh trần thông qua sáu căn tiếp xúc, trên cơ sở chuyên trì niệm một câu kinh kệ cả... trong mơ. Ân sư trăm vạn lần nhắc tôi buông xuống, hãy buông xuống tự tư tự lợi, đừng chấp trước vì nó huyễn giả; tài danh sắc thực thùy, đừng chấp trước vì nó huyễn giả; hãy buông xuống tiếng tăm lợi dưỡng, đừng chấp trước vì nó huyễn giả; hãy buông xuống tham sân si mạn, đừng chấp trước vì nó huyễn giả. Hết thảy những thứ đó đều là tướng [giả hợp] của Tự Ngã. Mà ngay đến Tự Ngã cũng huyễn giả nốt. Đã huyễn giả, ta lại chấp chặt, là bệnh luân hồi. Cũng một câu chửi, song với người có chút trí tuệ thì họ xem "như không", với người không học Phật thì sân giận, phiền não chẳng phải ngay lúc nghe mà còn ôm giữ để nhấm nháp mãi hoài có khi đến hết đời. Tu là tu Tâm. Vô Ngã chính là hướng về thực tánh bình đẳng trước muôn pháp. Phật pháp là phương cách thực hành, là kim chỉ nam dẫn hành giả đi về phía Vô Ngã, và đây mới là hướng đi đúng. Với lý giải thoát, sự chấp ngã là chấp ngã, không thể biện luận là chấp cái này thì hơn cái kia, chấp Phật pháp thì hơn chấp Ta bà. Chính cái sự *chấp* là nguồn cội căn cốt sinh tử luân hồi. Thử nhìn qua một tông môn thường bị xem thường oan uổng nhất là Tịnh độ. Người ta đã niệm đến thành khối rồi tự tại vãng sanh. Người ta đã niệm đến Tam muội nhập đại định viên đốn, biết trước ngày giờ về nước Phật, lúc thiêu còn để lại toàn thân xá lợi vàng ròng trong suốt như hổ phách, mình còn bịt tai mắt bịt trí giác đứng đó bài bác. Sự chấp trước này nếu dịch ra có phải là: Ta kiên quyết phải ở lại trong lục đạo (!); hay gần nghĩa hơn, bởi một khi báng pháp của đức Phật, đến cuối đời không biết hối, đoạn cơ duyên của vô số người, phải chăng ý họ muốn vào địa ngục diễn trò? Một hành giả khi ta khó thể khiến họ dấy phiền não, chính là thước đo sự tiến đạo. Cũng vậy, để theo con đường Vô Ngã, các vị Thầy trước hết sẽ hướng chúng ta trở về không, nghĩa là tôi và bạn có thể trở thành một người vô tăm tích, một người bần cùng, một vai vế thấp nhất trong xã hội như nhặt rác, lau nhà vệ sinh, ăn xin đúng nghĩa, và một hành giả chân chính trong sự nghiệp giải thoát thì với họ những công việc tương tự như vậy luôn được thực hiện trong sự an nhiên giữa xã hội; hoặc cũng có thể họ được đứng trên cả sự vĩ đại nhưng vẫn hoàn toàn "không". Lại trộm nghĩ, câu phong dao tưởng tầm thường phát bên hiên chợ búa lại hàm ẩn lý thâm: "Không mợ chợ cũng đông". Giả như nó là cây cầu, thì ai vừa bước qua là từ phàm mà "nhập lưu". Họ đã bước qua ngã chấp với hành trình đưa ngã về zé-rô, mà chặng cuối chính là cây cầu có tên *không mợ chợ cũng đông*. Từng ngày buông bỏ Ngã - Chấp và dần dà linh cảm buông thực sự là chân lý giải thoát. Khi buông xuống những thứ giả hợp, buông được phần nào ngay đó chân lý hiển lộ - đây là mức hiểu thô, bởi ngay sự buông đã là chân lý giải thoát - mới thực Bát nhã. Bát nhã là trong mọi ý niệm, mọi hành vi đời sống chúng ta không còn chấp trước bởi mỗi mỗi đều bình đẳng, mỗi mỗi đều đang vận hành trong sự tinh diệu bởi mọi pháp điều hiện trong Đại viên kính trí. Trong thế giới này chỉ mình ta đang trì giới, chỉ duy nhất ta đang tinh tấn thiền định để phát tuệ chiếu soi dung thông vạn pháp, còn lại mọi người mọi vật đều là sự hóa hiện của chư Phật-Bồ tát; nhẹ hơn thì mọi người đều là con của chư Phật và Bồ tát. Tôi mang trọng bệnh chấp ngã, ân sư đưa thuốc của đức Phật đến chữa; trong quá trình chữa tôi lại chấp thuốc, trong lúc muôn pháp đều đang trong guồng nhân duyên thật sự rõ nét đến từng chân tơ kẻ tóc trong *mắt pháp tánh* và mỗi mỗi đều đang được giáo hóa một cách thầm lặng tuyệt cùng. Những vị cao thâm hẳn thường thị hiện sự dở tệ, ngu ngơ. Có những vị do là sự thật của lãnh nghiệp quả, song cũng có những bậc cao tăng thị hiện sự già nua hom hem bệnh tật rồi ra đi với một cái kết thật "khó coi", thì chúng ta nên hiểu vai diễn này hẳn dành cho những hành giả đang nỗ lực vượt thoát Tam giới ngay đời này! Trong một quán nước vỉa hè, thực sự tôi không thể biết những người ngồi quanh mình, ai đang nghĩ gì, ai là "mật vụ"; ngay mật vụ là người phàm tình hóa trang mà có khi sống với họ suốt đời ta không nhận ra, huống là hóa thân của chư Phật-Bồ tát. Tôi chấp Pháp, ảo tưởng thân tâm thế giới là thật. Nên vọng nghĩ có gì hơi hướm Phật pháp liền sinh nghi, thật ra những người đạt đến sự giải thoát cao thâm, như lời thầy tôi, họ nói pháp mà thực không thấy đó là pháp. Sự giải thoát phải được đo đong cái tâm khởi vọng phân biệt chấp trước với cảnh trần ở mức thô hay tế. Đạo Phật trọng yếu là khai trí tuệ, bởi trên nền tảng của Định lực thông qua sự trì Giới một cách thông minh, sẽ nhìn ra ít nhất là hai mặt của một vấn đề. Khi ta nhìn thấu hai mặt của bất cứ một pháp nào, nó sẽ không khiến tâm dấy khởi phiền não (bởi chấp trước phân biệt). Kinh có vô lượng nghĩa ẩn tàng từ thấp đến cao tùy theo công phu huân tập của hành giả. Nên trí tuệ khai mở được một phần, ít nhất hai mặt của một pháp trên cơ sở bình đẳng sẽ hiển lộ một phần, nhờ đó ta bớt chấp trước một phần, nhẹ đi một phần phiền não, lóe một chút chân tánh. Hiểu kinh mà còn nằm ở tầng ý thức nhị biên, đẩy tới kéo lui mãi sẽ không đến chân lý, trong lúc sự hiểu trong nhà Phật chí ít cũng "hiểu thì ngay đó hiểu ra". Chúng ta không đưa một ví dụ điển hình nào, cũng không thể nói rõ. Nhưng nếu bạn thử quán sát chút xíu điều này, rằng mỗi pháp đều "có tính giáo dục của nó" và bản chất thật của nó là "bất cấu bất tịnh", bạn có "ngay đây" ngộ ra điều gì chăng? Tôi thì không! Và tôi nhớ có lần ngồi cà phê trước cổng một Thánh đường, có cái ô tô đỗ đó khá lâu, rồi một người xách thau nước ra tỉ mẩn lau, cứ miệt mài lau cho đến bóng loáng; thay vì dấy phiền não về một con người quá yêu quý chiếc xe vốn là vật ngoài thân của mình, tôi chợt hoảng, rằng thứ độn căn như mình cứ chăm lo chuyên trì niệm một câu kinh đi, và đó chính là cái chổi ngày ngày siêng phủi quét; dẫu tôi vẫn biết sự lau chùi ở đây là lau gương, còn bụi thì không quá cần thiết để ý đến nó, cứ lau cho gương sáng bằng một câu kinh là đủ. Nói dễ vậy, mà hành mới thấy Khổ. Ừ, đời này vốn khổ mà, thế nên bài học đầu tiên của đức Phật tiếp nhận học trò là phải quán/hành cho ra sự khổ, bởi đây là chân lý không thể phủ nhận. Bất cứ ai, thiện hay ác chưa quan trọng, hễ khiến ta dấy khởi phiền não được phân chia rõ như đang tham/ sân/ si/ mạn/ tà kiến... họ chính là thiện tri thức. Vì sao? Vì họ đã lột trái tâm ta chỉ ra những thứ độc núp náu dưới lớp thiền định và cái vỏ tu tập có vẻ sang trọng của ta. Mọi sự khổ thật ra đều quy về tâm, ngay đến việc ta bị một cú đánh vào thân thì sự khổ liền được tánh giác nhận diện nơi tâm. Nhận ra "cái khổ tâm" nhờ tính giác biết, ta cần lập tức tri ân "thiện tri thức" đã khiến tâm ta khổ.

Họ chính là một "siêu máy" phát hiện ta còn mang trọng bệnh ở nơi tâm. Người phát hiện bệnh lẽ nào ta lại trách; cũng như lẽ nào trách vị bác sĩ khám ra bệnh của ta. Sẽ ra sao khi ta xem một clip về bệnh nhân vô tình được bác sĩ hay một siêu rô-bốt phát hiện bệnh nan y, hắn ta thay vì cảm ơn liền chửi bới, đánh bác sĩ, đánh con rô-bốt đã phát hiện ra bệnh nan y trong hắn. Mà ở đây, với sự nghiệp giải thoát, bệnh tâm là trọng yếu, là cả vận mạng của ta mà nếu không tiếp tục công phu tăng định lực nhằm khai tuệ để quán cho ra sự khổ đó chỉ là một dạng huyễn ảo và nó đang đúng với nhân quả, thì con đường vào ác đạo vẫn còn hấp dẫn ta lắm lắm. Chẳng có tác phẩm điêu khắc nào không được đẽo gọt từ những phiến đá thô. Nghệ sĩ tài năng là người chuyển hóa mọi phiến đá thành tuyệt tác. Ai đó (và mãi mãi) coi thường ta, gây oan cho ta, chính là họ đang bê đến những phiến đá xù xì mang hình Địa ngục; nghệ sĩ không tồi là người cảm ơn đã có phiến đá kia làm chất liệu tạc nên một dáng vẻ Thiên đường. Trí tuệ ở đây không dám nói đến tuệ giác mà tôi có thể gọi đơn giản là sự sáng suốt, chưa cần bàn sâu xa, mà ngay khi ta hiểu về *sự đúng* của nhân quả, hiểu về những bậc thiện tri thức - người đã khiến ta dấy *khổ tâm* là ân nhân, thì phiền não đã giảm. Sự sáng suốt nhờ hành theo lời dạy của đức Phật, để thấu tỏ dần thật tướng của vạn pháp, nhờ đó bạn và tôi dễ hiểu không nhất thiết phải làm một siêu sao được cả thế giới ngưỡng mộ, trong lúc chẳng ai giữ được vinh quang mãi và phần đời còn lại sẽ chìm trong tưởng tượng hư vinh và bị nghiệp lực vốn là hậu họa của sự hưởng thụ chi phối vật vã đến cuối đời cả ở kiếp sau bởi trong alaya chủng tử không mất đi bao giờ. Có một điều chắc chắn, là ngoài tánh trí viên dung là cái thường hằng sáng suốt, phần còn lại đều nằm trong pháp sanh diệt hiện tướng trên màn hình chân như. Hễ pháp sanh diệt, dẫu nó lừng lẫy đến đâu, do bản chất huyễn hợp nên chắc chắn rồi sẽ đến ngày kết thúc. Ai nắm giữ sự nghiệp lớn nhường nào đến một ngày cũng kết thúc và trong thời đại ngày nay, điều chắc chắn họ sẽ xem lại vô vàn những thước phim về sự nghiệp lớn của mình trong quá vãng, khiến cho tưởng ấm thêm hằn sâu những nét khổ đau như chính trên khuôn mặt những con người khi phước thọ dần cạn, bệnh tật và cái chết từng ngày sờ gáy. Thực tế của hạnh phúc là nội lực tâm linh vén mở sự huyền nhiệm vốn sẵn khi họ chuyển tham sân si dần qua giới định tuệ, chuyển thức thành trí. Bạn tu tôi ở nhà có ai biết đến không? Mọi sự không có lỗi, tài danh cũng không ngoại lệ, lỗi ở tôi chấp chặt cái nhỏ mọn. Vẫn tưởng những ảo vọng về ngũ dục lục trần trong sự tung hê của mọi người sẽ khiến mình mạnh hơn người song dường như càng kiếm danh vọng tôi càng hèn mạt, càng hướng về thị phi. Có lần đi công tác xa, sáng tinh vừa tỉnh giấc trong khách sạn giữa trung tâm thành phố, chao ôi, bao âm thanh cùng lúc dội về trong vắt lạ kỳ. Cũng tiếng chợ búa còi xe người vật huyên náo ấy sao trong chốc lát vừa tỉnh khỏi giấc ngủ nó trong khiết đến vậy. Chốc lát thôi. Tôi không hiểu, bây giờ mới lờ mờ, bởi ngay "chốc lát" ấy tâm ý thức chưa hoạt động và cảnh trần ùa đến sáu căn thực chất là ùa vào "căn tánh". Ân sư tôi bảo những người tỏ đạo là luôn "giữ được" *tánh căn* trong mọi thời, "đơn giản" vậy thôi. Tôi luôn nhớ lời ân sư, việc của con là chuyên niệm; đến thời điểm niệm được thuần thục thì chú trọng vào sự *nghe* từ *ý trì*. Tôi đang tập lắng tâm nghe câu kinh vang lên trong mọi thời khắc, còn vọng thì, "kệ nó". Mọi ý niệm thông qua căn tiếp xúc với trần khởi hiện trên tánh tự giác biết, đến lúc này, hãy "kệ nó". Tại sao lại kệ nó? Bạn tu nói, mình luôn đang niệm/nghe câu kinh ân sư trao truyền, đó là phao cứu sinh về nước Phật, phao cứu sinh cho cuộc trở về nước Phật ngay trong tâm này, trong lúc chúng ta đang ở giữa biển ái tử sinh đầy sóng dữ. Vọng khởi cũng tốt, vì vọng ấy nay trở thành sự nhắc nhở hành giả. Mỗi vọng hiện lên thông qua sự chấp trước phân biệt trần cảnh, nó vừa chớm hiện thì chính nó đã nhắc nhở câu kinh hãy vang lên vang lên như mật ngôn của Đấng Từ Bi. Việc trì nắm một câu kinh vốn đã được chư Phật dồn nén nguyện lực thâm sâu, cũng không chút dễ dàng. Thế nên oai nghi giới luật luôn là bửu bối giúp ta nắm giữ mật yếu truyền trao. Một hành giả chân chính của đức Phật là người thật thà thực hành giáo pháp của Người. Đó là chịu uống thuốc trị bệnh tâm dẫu thuốc đắng. Một khi chúng ta đang trọng bệnh bởi vọng tâm sai khiến trong cuộc luân hồi miên viễn thông qua mười kiết sử, đức Phật sẽ không giao cho ta bất cứ việc gì ngoài việc trị bệnh cho chính ta. Một khi ta chưa lành bệnh, chí ít là chưa thuyên giảm ở mức Tâm ý thức yểm ly Ta bà, ta sẽ không chữa lành cho ai được. Ân sư khai thị, tự lợi và lợi tha là một. Tức, lợi tha (niệm niệm vì người) mới chính là tự lợi, và khi đã *tự lợi* nhờ *lợi tha mà có*, thì tự lợi ấy đã chính là lợi tha, chưa cần thêm gì nữa. Bạn tu "của tôi", đức Phật chỉ giao cho duy nhất mỗi việc là chuyên trì niệm một câu kinh, ngoài ra chưa giao thêm việc gì. Bạn chuyên niệm/nghe câu kinh đó từ tâm thông qua sự phá phân biệt chấp trước khi căn xúc trần. Phá, thực ra chẳng có hành động phá. Phá ở đây chính là nhìn thấy sự thật chân tướng để buông nó. Chúng ta vẫn biết ngôn ngữ thường không diễn hết lý thậm thâm, kinh mới có vô lượng nghĩa. Nếu phá đối tượng có tên là

Ngã chẳng hạn, thì ai đang phá? Ta/tôi đối trọng với vọng tưởng-phân biệt-chấp trước, thì cái Tôi/Ta đó là một lớp Ngã sâu hơn, vi tế hơn và cũng… hiểm độc hơn. Chuyên trì niệm một câu kinh, câu kinh ngày một có lực sinh định tuệ để nhận chân thật tướng và hành giả sẽ tự thấy Ngã là một thứ không cần thiết. Ân sư dạy, nếu mọi ý niệm khởi sinh và hành động của con đều vì người, thì cái ngã ở đâu? Nói rất là dễ như vậy, làm thì khó như dùng thuyền nan vượt biển. Ngã nhạt bớt, tức sự mê chấp tự tư tự lợi, ăn uống ngủ nghê tiền tài, sắc dục, lợi dưỡng tiếng tăm, tham sân si mạn nhạt bớt. Sự chấp trước trần cảnh thông qua sáu căn nhạt bớt. Sự chiếu soi của tâm thức vào đời sống ngày một rõ ràng nhân duyên quả song tự tâm không có khuôn thước nào áp đặt lên chúng dẫu đó là Phật pháp. Đạo Phật thật ra không dễ "mở miệng", bởi tôi và bạn còn dùng thức để phân định phán đoán, sẽ rơi càng sâu vào các tầng ý thức do vậy kinh là chân lý nhưng lại bị méo mó bởi Thức biến của ta. Khó hơn nữa là tôi và bạn không nhìn thấy tâm của đối tượng tiếp nhận, hoàn toàn mù tịt về chủng tử nghiệp thức và căn cơ của họ, một khi không tùy duyên tùy cơ tùy thời nói pháp, dễ chừng phá pháp thế gian mà không chừng làm méo nghĩa chân pháp. Chưa khai ngộ nói rất dễ sai. Kẻ tu hèn như tôi dẫu có lúc may rủi nói đúng theo kinh điển thì cũng không khế cơ và khế thời. Tôi vẫn nghĩ đến những công án Thiền, và thấy nó "vô nghĩa"; bởi nghĩa của nó đã đạt đến tột cùng đúng lúc vị Thầy đặt vô tâm người đệ tử, và chỉ lúc đó, lúc mà người thầy nhìn thấy sự vận hành tâm thức của trò, đúng lúc ấy, không thể chệch ra một giây nào, đặt câu "kinh" vào "chỗ hiểm" để rồi quá trình bừng ngộ xảy ra như một phản ứng hóa học. Kẻ phàm như tôi, thầy luôn nhắc hãy tùy duyên với nhau, còn không chỉ nên nói chuyện đời nhân thế cho vui cửa vui nhà. Chỉ là trong lần thấy bóng mình thoáng trên trần gian bị "con chíp suy nghĩ - phán đoán" lừa bịp. Trong nỗ lực phụng hành bát nhã hướng về miền tịnh lại thêm lần đau khổ bởi cái biết ấy huyễn giác. Sự thật vẫn là một thân đầy tội nghiệp với căn cơ hạ liệt bắt đầu chập chững những bước đầu tiên trên đường đạo thênh thang. Mỏi mong một ngày trở về với cuộc thế bình thường trong sự rỗng sáng của gương tâm dẫu bản thân chưa hay gì chăng nữa... Dùng cái biết dễ phạm những cấm kỵ nghiêm trọng về giáo huấn. Có những nguyên lý vĩnh hằng thông tánh của bậc tổ sư đại đức, nếu tôi mượn dùng đôi khi còn là chướng ngại cơ duyên của đối tượng. Thế nên chợt nghĩ, bậc thiện tri thức có những điều mầu diệu song chỉ dành đến lúc trò tu đến ngưỡng ấy mới nói được; và còn nhiều mật ngôn một khi nhận ra như một dạng tiểu ngộ sẽ khiến họ cứng họng đến bàng hoàng như dần dà nhận ra những báu vật từ lâu vứt nơi xó bếp song không thể chỉ cho người chưa hề biết bá thí cúng dường. Nhiều người giảng pháp rất thông lý thậm thâm, nhưng đó chưa ra khỏi bẫy rập của tâm ý thức mà ngược lại còn âm thầm tiếp năng lượng cho *kiết sử*. Cũng đáng nể những người chọn sự im lặng hay chủ yếu dùng thân giáo, còn trước tác của họ không vượt ngoài lý nhân quả đáng sợ bởi ngay cả người tu thì việc lọt vào ác đạo cũng dễ như bỡn. Huống hồ là tôi, học mót vài ba chữ lại lộng ngôn! Tôi thật *không biết* cõi giới lồng lộng của bất cứ ai. Những gì lỡ viết là nương vào công hạnh của bạn tu hưởng chút ánh sáng trí tuệ từ các ân sư. Tôi bỗng trộm nghĩ, cứ hễ muốn chia sẻ là run rẩy: Ta có toan tính kiểu gì đều nằm trong sự tính toán của ma vương. Dẫu sự toan tính của ma cũng nằm trong sự "tính toán" của Phật, song trên đường đạo nếu ta rời thực tại để phóng tâm về một *cái đích* thì ma đã có thời gian mở giùm những lối rẽ. Trừ phi ta tập không toan tính nữa, *hồn nhiên* mà trì một câu kinh như bạn tu của tôi. Còn không, *các ngài* phải đợi tôi buông cái đầu xuống; cũng có thể các ngài nhắm mắt đợi tôi vòng qua tam ác đạo tắm rửa cho đỡ hôi tanh rồi tìm phương tiện đưa lên tòa sen tịnh khiết.

Nhưng cho dù tôi đang trong cảnh giới u linh nào chăng nữa cũng không ra khỏi *màn hình chân như thường giác* "của Phật", cũng vốn sẵn trong mỗi ai dẫu chưa vén mây mờ.

Nhà văn Nhụy Nguyên tên thật là Trần Nguyên Sỹ
Quê quán: Phù Lưu - Lộc Hà - Hà Tĩnh
Hiện công tác tại Tạp chí Sông Hương

* Sách cùng tác giả do Nxb Ananda Viet Foundation xuất bản:

- *Máu đang lọc bởi sự lặng yên*
- *Vũ điệu ý niệm trong cơn đau bản thể*
- *Sương khói phận người*
- *Vết chân tự ngã trên đường về không*

* *Tác giả và nhà xuất bản không giữ bản quyền sách. Giá bán khi độc giả đặt mua là giá thành tối thiểu của Amazon nhằm trang trải chi phí in ấn cho một quyển theo hình thức POD (Print on Demand)*

- *Ảnh bìa:* Nguyên Nhụy
- *Trình bày bìa:* Thái Ngọc Thảo Nguyên